AMAZING
KOREAN

놀라운
한국어

1편 ｜ 600문장으로 한국어 기초 끝내기

교사용

놀라운 한국어 교사용

1편 | 600문장으로
한국어 기초 끝내기

ⓒ 도서출판 경륜 2021

1판 1쇄 발행 2021년 3월 1일
지은이 김광준
펴낸곳 도서출판 경륜
펴낸이 김광준
편집 김광준
디자인 디자인엔트 김석범

등록 제25100-2021-000001호
주소 경북 김천시 혁신8로 66 102동 1501호
전화 010-8331-3928
홈페이지 www.amazingkorean.net
이메일 kkjune2000@gmail.com
ISBN 979-11-973756-0-6
값 22,000원

저작권자의 허락없이 이 책의 일부 또는 전체를 무단 복제, 전재, 발췌하면 저작권법에 의해 처벌을 받습니다.

AMAZING
KOREAN

놀라운
한국어

김광준 지음

Amazing Korean

惊叹的韩国语

アメージング韓国語

Tiếng Hàn tuyệt vời

Удивительный корейский язык

교사용

도서출판

경진

놀라운
한국어

학문, 스포츠, 어학 등 모든 영역에서 가장 중요한 것은 기초입니다. 높은 빌딩을 짓기 위해 기초를 튼튼히 다지듯이 한국어의 의사소통 능력을 키우기 위해서는 무엇보다 튼튼한 한국어 기초가 필요합니다. 한국어 기초는 정확한 발음, 한국인들이 가장 많이 사용하는 약 1,200개의 기본 어휘, 한국어의 기본 문장구조, 한국 사람들이 가장 많이 사용하는 문법 표현들을 익히는 것입니다.

'놀라운 한국어' 교재는 튼튼한 한국어 기초를 목표로 지난 10년간 베트남 다낭 ICLS 어학원에서 수천 명의 베트남 학생들에게 가르쳤던 한국어 기초문법 교재를 영어, 중국어, 일본어, 베트남어, 러시아어권 학생들이 공부할 수 있도록 편집, 보완한 것입니다. '놀라운 한국어' 교재를 통하여 짧은 시간 안에 쉽게 한국어 의사소통 능력을 키울 수 있을 것입니다.

한국어는 쉽습니다. 한국어 문자인 한글은 배우기도 쉽고 발음하기도 어렵지 않습니다. 한국어 읽기, 쓰기, 말하기 또한 마찬가지입니다. 한국어 문장구조와 문법이 간단하기 때문입니다. 한국어의 문장구조와 관형 표현을 익히고 풍부한 어휘 능력을 갖춘다면 아무리 길고 복잡한 문장이라도 다 이해하고 표현할 수 있을 것입니다.

본 교재는 한국어 선생님들과 한국어를 배우려는 외국인 학생들을 위한 수업용 교재로 만들어졌습니다. 이 교재를 효과적으로 사용하는 방법은 은 Youtube, Zoom, 오프라인 강의 등을 통해 교육할 예정입니다(교재 및 교육 관련 문의: kkjune2000@gmail.com). 또한 '놀라운 한국어'는 1편 '600문장으로 한국어 기초 끝내기'를 시작으로 쉽고 빠르게 수준 높은 한국어를 배울 수 있는 교재들을 계속 출판할 예정입니다.

12년 전 하나님의 인도하심으로 한국어 교육을 통하여 베트남 학생들을 섬길 수 있는 영광을 가졌습니다. 제 인생에서 가장 소중한 추억이었습니다. 저와 베트남 학생들에게 한국어 교육은 언어를 가르치고 배우는 이상의 의미가 있었습니다. '놀라운 한국어' 교재가 한국 선생님들과 외국인 학생들을, 그리고 한국과 전 세계 여러 나라를 연결하는 작은 도구가 되기를 기도합니다.

2021년 2월 22일 경북 김천에서 김광준

Contents

01

발음

—

01 모음1

	ㅏ	ㅑ	ㅓ	ㅕ	ㅗ	ㅛ	ㅜ	ㅠ	ㅡ	ㅣ
ㄱ	가	갸	거	겨	고	교	구	규	그	기
ㄴ	나	냐	너	녀	노	뇨	누	뉴	느	니
ㄷ	다	댜	더	뎌	도	됴	두	듀	드	디
ㄹ	라	랴	러	려	로	료	루	류	르	리
ㅁ	마	먀	머	며	모	묘	무	뮤	므	미
ㅂ	바	뱌	버	벼	보	뵤	부	뷰	브	비
ㅅ	사	샤	서	셔	소	쇼	수	슈	스	시
ㅇ	아	야	어	여	오	요	우	유	으	이
ㅈ	자	쟈	저	져	조	죠	주	쥬	즈	지
ㅊ	차	챠	처	쳐	초	쵸	추	츄	츠	치
ㅋ	카	캬	커	켜	코	쿄	쿠	큐	크	키
ㅌ	타	탸	터	텨	토	툐	투	튜	트	티
ㅍ	파	퍄	퍼	펴	포	표	푸	퓨	프	피
ㅎ	하	햐	허	혀	호	효	후	휴	흐	히

O2

모음1 쓰기

	ㅏ	ㅑ	ㅓ	ㅕ	ㅗ	ㅛ	ㅜ	ㅠ	ㅡ	ㅣ
ㄱ										
ㄴ										
ㄷ										
ㄹ										
ㅁ										
ㅂ										
ㅅ										
ㅇ										
ㅈ										
ㅊ										
ㅋ										
ㅌ										
ㅍ										
ㅎ										

어머니	아버지	누나	나이	아가	아이	여자	부자
mother	**father**	**older sister**	**age**	**baby**	**kid, child**	**woman**	**the rich**
医生	歌手	记者	下午	休假	一天	经常	富人
お母さん	お父さん	お姉さん	年	赤ちゃん	子供	女子	お金持ち
Mẹ	Bố	Chị(em trai gọi)	Tuổi tác	Em bé	Trẻ nhỏ	Con gái	Người giàu
Мать	Отец	Старшая сестра	Возраст	Малыш	Дитя, ребенок	Женщина	Богач
의사	**가수**	**기자**	**오후**	**휴가**	**하루**	**자주**	**도시**
doctor	singer	reporter	afternoon	vacation	day	frequent	city
医生	歌手	记者	下午	休假	一天	经常	都市
医者	歌手	記者	午後	休暇	一日	たびたび	都市
Bác sĩ	Ca sĩ	Kí giả, phóng viên	Buổi chiều	Kì nghỉ	Một ngày	Thường xuyên	Đô thị, thành phố
Доктор	Певец, певица	Репортёр	Время после полудня	Отпуск	День	Часто	Город
아파트	**주유소**	**교수**	**이사**	**주소**	**가구**	**소포**	**비누**
apartment	gas Station	professor	moving	address	furniture	postal package	soap
公共住宅	加油站	教授	搬家	地址	家具	邮包	肥皂
アパート	ガソリンスタンド	教授	引っ越し	住所	家具	小包	石鹸
Căn hộ	Trạm đổ xăng	Giáo sư	Chuyển nhà	Địa chỉ	Đồ nội thất	Bưu phẩm	Bánh xà phòng
Многоквартирный дом	АЗС	Профессор	Переезд	Адрес	Мебель	Посылка	Мыло
우표	**치마**	**바지**	**구두**	**모자**	**머리**	**이마**	**이**
stamp	skirt	pants	shoes	hat	head	forehead	tooth
邮票	裙子	裤子	皮鞋	帽子	脑袋	额头	牙齿
切手	スカート	ズボン	靴	帽子	頭	額	歯
Con tem	Chân váy	Quần	Giày	Mũ	Đầu	Trán	Răng
Почтовая марка	Юбка	Брюки	Туфли	Шапка	Голова	Лоб	Зуб
혀	**다리**	**키**	**허리**	**코**	**포도**	**바나나**	**커피**
tongue	leg	height	waist	nose	grape	banana	coffee
舌头	腿	个头	腰	鼻子	葡萄	香蕉	咖啡
舌	足	背	腰	鼻	ブドウ	バナナ	コーヒー
Lưỡi	Chân	Chiều cao	Eo, hông	Mũi	Quả nho	Quả chuối	Cà phê
Язык	Нога	Рост	Поясница; талия;	Нос	Виноград	Банан	Кофе
피자	**소고기**	**후추**	**고추**	**오이**	**고구마**	**두부**	**벼**
pizza	beef	black pepper	chili	cucumber	sweet potato	tofu	rice plant
披萨	牛肉	胡椒	辣椒	黄瓜	地瓜	豆腐	水稻
ピザ	牛肉	ペッパー	トウガラシ	キュウリ	サツマイも	豆腐	稲
Pizza	Thịt bò	Tiêu	Ớt	Dưa chuột	Khoai lang	Đậu hũ	Cây lúa
Пицца	Говядина	Чёрный перец	Перец	Огурец	Батат	Тофу	Колос
보리	**우유**	**주스**	**마우스**	**키보드**	**라디오**	**버스**	**오토바이**
barley	milk	juice	mouse	keyboard	radio	bus	motorcycle
大麦	牛奶	果汁	嘴	键盘	收音机	巴士	摩托车
麦	牛乳	ジュース	マウス	キーボード	ラジオ	バース	モーターサイクル
Lúa mạch	Sữa	Nước ép trái cây	Chuột (máy tính)	Bàn phím (máy tính)	Radio	Xe buýt	Xe máy
Ячмень	Молоко	Сок	Мышка	Клавиатура	Радио	Автобус	Мотоцикл

도로	차비	거리	사거리	서류	무기	주사	치료
street	toll fee	street	crossroads	document	weapon	syringe	treatment
道路	车费	距离	十字路口	资料	武器	注射	治疗
道路	運賃	ストリート	十字路	書類	武器	注射	治療
Con đường	Tiền tàu xe	Con đường	Ngã tư đường	Tài liệu, hồ sơ	Vũ khí	Ống tiêm, việc tiêm	Trị liệu
Дорога	Плата за проезд	Улица	Перекрёсток	Документ	Оружие	Укол	Лечение
투자	이자	소	사자	하마	오리	바이러스	나무
investment	interest	cow	lion	hippopotamus	duck	virus	tree
投资	利息	牛	狮子	河马	鸭子	病毒	树
投資	利子	牛	獅子	カバ	かも	ウイルス	木
Đầu tư	Tiền lãi	Con bò	Sư tử	Hà mã	Con vịt	Virus	Cây cối
Инвестиции	Процентная прибыль	Корова	Лев	Бегемот	Duck	Вирус	Дерево
소나무	바다	호수	바위	파도	기후	비	우기
pine tree	sea	lake	rock	wave	weather	rain	rainy season
松树	大海	湖水	岩石	浪涛	气候	雨	雨季
松	海	湖	岩	波	気候	雨	雨期
Cây thông	Biển cả	Hồ nước	Tảng đá	Làn sóng (biển)	Khí hậu	Mưa	Mùa mưa
Сосна	Море	Озеро	Валун, камень	Волна	Климат	Дождь	Сезон дождей
호주	비자	수도	하노이	시드니	자카르타	파리	로마
Australia	visa	Capital	Hanoi	Sydney	Jakarta	Paris	Rome
澳洲	签证	首都	河内 (越南首都)	悉尼	雅加达 (印度尼西亚首都)	巴黎	罗马
オーストラリア	ビザ	首都	ハノイ	シドニー	ジャカルタ	パリ	ローマ
Úc	Visa	Thủ đô	Hà Nội	Sydney	Jakarta	Paris	Roma (La Mã)
Австралия	Виза	Столица	Ханой	Сидней	Джакарта	Париж	Рим
지구	우주	부피	거리	크기	나	너	우리
earth	universe	volume	distance	size	I	you	we
地球	宇宙	体积	距离	大小	我	你	我们
地球	宇宙	かさ	距離	サイズ	私	あなた	私たち
Địa cầu (Trái đất)	Vũ trụ	Thể tích	Cự li	Độ lớn, kích cỡ	Tôi	Bạn	Chúng tôi, chúng ta
Земля	Вселенная, космос	Объём	Расстояние	Размер	Я	Ты	Мы
그	그녀	여기	저기	거기	하나	이	사
he	she	here	there	there	one	two	four
他	她	这里	那里	那里	一	二	四
彼	彼女	ここ	あそこ	そこ	いち	に	し、よん
Anh ấy	Cô ấy	Ở đây	Đằng kia	Đằng đó	Một	Hai	Bốn
Он	Она	Здесь	Вон там	Там	Один	Два	Четыре
오	구	차이	포기	비교	실수	자유	그리고
five	nine	difference	abandon	comparison	mistake	freedom	and
五	九	差异	放弃	比较	失误	自由	并且，然后
ご	きゅう	差	放棄	比較	過ち	自由	そして
Năm	Chín	Sự khác biệt	Từ bỏ, bỏ cuộc	So sánh	Lỗi lầm	Tự do	Và
Пять	Девять	Разница	Отказ, отречение	Сравнение	Оплошность	Свобода	и, также

그러나	그러므로	자	도마	모르다	나머지	이야기	소리
but	**therefore**	**ruler**	**cutting board**	**do not know**	**remainer**	**story**	**sound**
但是	因此	尺子	菜板	不知道	剩余	故事	声音
しかし	だから	スケール	まな板	知らない	残り	話	音
Nhưng	Do đó	Thước kẻ	Cái thớt	Không biết	Còn lại	Câu chuyện	Âm thanh
Но, однако	Вследствие этого, поэтому	Линейка	Кухонная доска	Не знать	Остальное, оставшийся	Рассказ	Звук
다치다	아프다	고치다	이기다	지다	가다	오다	다니다
hurt	**hurt**	**fix**	**win**	**lose**	**go**	**come**	**go**
受伤	疼痛	修理，治疗	赢	输	去	来	来往，去
傷つく	痛い	直す	勝つ	負ける	行く	来る	通う
Bị thương	Đau	Sửa chữa	Chiến thắng	Thua cuộc	Đi	Đến	Đi lại, theo học, đi làm
Пораниться	Болеть	Ремонтировать	Выигрывать	Проигрывать	Идти	Приходить	Ходить, посещать
기다리다	고르다	사다	부르다	나누다	주다	마시다	버리다
wait	**select**	**buy**	**call**	**divide**	**give**	**drink**	**throw away**
等待	选择	买	呼唤，唱	分	给	喝	丢掉
待つ	選ぶ	買う	呼ぶ	分ける	あげる	飲む	捨てる
Chờ đợi	Lựa chọn	Mua	Gọi, kêu	Chia sẻ, phân chia	Cho, tặng	Uống	Vứt, bỏ
Ждать	Выбирать	Покупать	Звать	Делить, разделять	Давать	Пить	Выбросить
가르치다	보다	쓰다	지우다	어리다	느리다	다르다	나쁘다
teach	**see, watch**	**write**	**erase**	**young**	**slow**	**different**	**bad**
教，指导	看，读	写	擦掉	幼小	缓慢	不同	坏，糟糕
教える	見る	書く	消す	若い	遅い	違う	悪い
Dạy dỗ	Nhìn, xem	Viết	Tẩy, xóa	Trẻ tuổi	Chậm	Khác biệt	Xấu
Учить, обучать	Видеть, смотреть	Писать	Стирать, стереть	Молодой	Медленный	Разный, различный	Плохой
바르다	흐르다	지나가다	하다	타다	자다	차다	크다
put on, apply	**flow**	**pass**	**do**	**ride**	**sleep**	**kick**	**big**
涂抹	阴沉	经过，度过	做（进行某动作）	乘，骑，爬	睡	踢，踹	大
塗る	流れる	過ぎる	する	乗る	寝る	蹴る	大きい
Bôi	Trôi	Đi qua	Làm	Cưỡi, lên xe	Ngủ	Đá	To lớn
Нанесите	Течь	Проходить	Делать	Ехать; садиться на что-либо	Спать	Ударять ногой, пинать	Большой

모음2

	ㅐ	ㅔ	ㅒ	ㅖ	ㅢ	ㅟ	ㅘ	ㅝ	ㅚ	ㅙ	ㅞ
ㄱ	개	게	걔	계	긔	귀	과	궈	괴	괘	궤
ㄴ	내	네	냬	녜	늬	뉘	놔	눠	뇌	놰	눼
ㄷ	대	데	댸	뎨	듸	뒤	돠	둬	되	돼	뒈
ㄹ	래	레	럐	례	릐	뤼	롸	뤄	뢰	뢔	뤠
ㅁ	매	메	먜	몌	믜	뮈	뫄	뭐	뫼	뫠	뭬
ㅂ	배	베	뱨	볘	븨	뷔	봐	붜	뵈	봬	붸
ㅅ	새	세	섀	셰	싀	쉬	솨	숴	쇠	쇄	쉐
ㅇ	애	에	얘	예	의	위	와	워	외	왜	웨
ㅈ	재	제	쟤	졔	즤	쥐	좌	줘	죄	좨	줴
ㅊ	채	체	챼	쳬	츼	취	촤	춰	최	쵀	췌
ㅋ	캐	케	컈	켸	킈	퀴	콰	쿼	쾨	쾌	퀘
ㅌ	태	테	턔	톄	틔	튀	톼	퉈	퇴	퇘	퉤
ㅍ	패	페	퍠	폐	픠	퓌	퐈	풔	푀	퐤	풰
ㅎ	해	헤	햬	혜	희	휘	화	훠	회	홰	훼

	ㅐ	ㅔ	ㅒ	ㅖ	ㅢ	ㅟ	ㅘ	ㅝ	ㅚ	ㅙ	ㅞ
ㄱ											
ㄴ											
ㄷ											
ㄹ											
ㅁ											
ㅂ											
ㅅ											
ㅇ											
ㅈ											
ㅊ											
ㅋ											
ㅌ											
ㅍ											
ㅎ											

자매	아내	사위	데이트	후배	화가	배우	웨이터
sister	**wife**	**son-in-law**	**date**	**junior**	**artist**	**actor**	**waiter**
姉妹	妻子	女婿，姑爷	约会	后輩	画家	演員	服务生
姉妹	妻	婿	デート	後輩	画家	俳優9	ウエータ
Chị em gái(ti muội)	Vợ	Con rể	Hẹn hò	Hậu bối	Họa sĩ	Diễn viên	Nam bồi bàn
Сёстры	Жена	Зять	Свидание	Тот	Художник	Актёр	Официант
어제	모레	매주	과거	미래	새해	가게	교회
yesterday	**the day after tomorrow**	**every week**	**past**	**future**	**new year**	**store**	**church**
昨天	后天	每周	过去	未来	新年	店铺	教会
昨日	あさって	每週	過去	未来	新年	店	教会
Hôm qua	Ngày mốt	Hàng tuần	Quá khứ	Tương lai	Năm mới	Cửa hàng	Nhà thờ
Вчера	Послезавтра	Каждую неделю	Прошедшее	Будущее	Новый год	Магазин	Церковь
카페	휴게소	메모	교과서	사회	의자	세수	샤워
cafe	**rest area**	**memo**	**textbook**	**society**	**chair**	**wash**	**shower**
咖啡厅	休息站	便条	教科书	社会	椅子	洗漱	洗澡
カフェー	休憩所	メモ	教科書	社会	いす	洗面	シャワー
Quán cà phê	Trạm nghi chân	Sự ghi chú	Sách giáo khoa	Xã hội	Cái ghế	Sự rửa mặt	Sự tắm rửa
Кафе	Место отдыха на трассе	Записка	Учебник	Общество	Стул	Умывание	Душ
세제	무늬	시계	카메라	휴지	위	폐	세포
detergent	**pattern**	**watch**	**camera**	**paper towel**	**stomach**	**lung**	**cell**
洗涤剂	纹理	钟表	摄像机	手纸	胃部	肺部	细胞
洗剤	柄	時計	カメラ	ティッシュ	胃	肺	細胞
Chất tẩy rửa	Hoa văn	Đồng hồ	Camera	Giấy vệ sinh	Dạ dày	Phổi	Tế bào
Моющее средство	Узор	Часы	Фотоаппарат	Рулон бумаги туалетной	Желудок	Лёгкие	Клетка
귀	배	사과	배	케이크	메뉴	과자	스파게티
ear	**belly/abdomen**	**apple**	**pear**	**cake**	**menu**	**chips**	**spaghetti**
耳朵	腹部	苹果	梨	蛋糕	菜单	点心	意大利面
耳	腹	りんご	ナシ	ケーキ	メニュー	お菓子	スパゲッティ
Tai	Bụng	Quả táo	Quả lê	Bánh kem	Thực đơn	Bánh ngọt, bim bim	Spaghetti
Ухо	Живот, брюшная полость	Яблоко	Груша	Торт	Меню	Печенье	Спагетти
카레	야채	채소	배추	돼지고기	배	회사	회의
curry	**vegetable**	**vegetable**	**cabbage**	**pork**	**ship**	**company**	**meeting**
咖喱	蔬菜	蔬菜	白菜	牛肉	船	公司	会议
カレー	野菜	野菜	ハクサイ	豚肉	船	会社	会議
Món cà ri	Các loại rau	Rau củ	Cải thảo	Thịt lợn	Tàu thuyền	Công ty	Cuộc họp
Карри	Зелень, овощи	Овощи	Пекинская капуста	Свинина	Судно, лодка	Компания	Совещание
해외	내과	외과	피부과	치과	소아과	마취	가래
abroad	**medicine**	**surgery**	**dermatology**	**dentist**	**pediatrics**	**anesthesia**	**phlegm**
海外	内科	外科	皮肤科	齿科	小儿科	麻醉	痰
海外	内科	外科	皮膚科	歯科	小児科	麻酔	痰
Hài ngoại (nước ngoài)	Khoa nội	Khoa ngoại	Khoa da liễu	Nha khoa	Khoa nhi	Sự gây mê	Đờm
Зарубеж	Терапевтические отделение	Хирургия	Дерматология	Стоматология	Педиатрия	Анестезия	Мокрота

재채기	조제	소화제	위	아래	뒤	배구	테니스
sneeze	pharmacy	peptic	up	down	back	volleyball	tennis
喷嚏	调配	消化药	上面	下面	后面	排球	网球
くしゃみ	調剤	消化剤	上	下	後ろ	バレーボール	テニス
Sự hắt hơi	Sự điều chế, pha chế	Thuốc tiêu hóa	Trên	Dưới	Sau	Bóng chuyền	Tennis
Чихание	Приготовление лекарства	Средство для стимуляции пищеварения	Вверх	Внизу	Позади	Волейбол	Теннис
취미	스케이트	예매	노래	세배	부채(빚)	지폐	화폐
hobby	skate	ticketing	song	new year's greeting	debt	bill/note	currency
爱好	溜冰	预售	歌曲	拜年	负债	纸币	货币
趣味	スケート	前売り	歌	年始回り	借金	さつ	貨幣
Sở thích	Trượt băng	Mua trước	Bài hát	Cúi lạy chào năm mới	Món nợ	Tiền giấy	Tiền tệ
Хобби	Коньки, ролики	Бронирование билетов	Песня	Поклон, которым приветствуют старших в Новый год по лунному календарю	Задолженность (долг)	Купюра, банкнота	Валюта
계좌번호	쥐	돼지	개구리	새	개미	새우	개
account number	mouse	pig	frog	bird	ant	shrimp	dog
账号	老鼠	猪	青蛙	小鸟	蚂蚁	虾	大狗，犬
口座番号	ねずみ	豚	カエル	鳥	アリ	エビ	犬
Số tài khoản	Con chuột	Con lợn	Con ếch	Con chim	Con kiến	Con tôm	Con chó
Номер банковского счёта	Мышь	Свинья	Лягушка	Птица	Муравей	Креветка	Собака
게	파래	조개	고래	대나무	무지개	예보	아메리카
crab	green laver	shell	whale	bamboo	rainbow	forecast	America
螃蟹	海青菜	贝壳，蛤蜊	鲸鱼	竹子	彩虹	预报	美洲
カニ	アオノリ	貝	クジラ	竹	虹	予報	アメリカ
Con cua	Tảo biển	Nghêu/Ốc	Cái voi	Cây tre	Cầu vồng	Dự báo	Châu Mĩ
Краб	Сушёное морское растение	Моллюск	Кит	Бамбук	Радуга	Прогноз погоды	Америка
위도	세계	캐나다	타이베이	해	고체	기체	무게
latitude	world	Canada	Taipei	sun	solid	gas	weight
纬度	世界	加拿大	台北	太阳	固体	气体	重量
緯度	世界	カナダ	台北	太陽	固体	気体	重さ
Vĩ độ	Thế giới	Canada	Đài Bắc	Mặt trời	Thể rắn	Thể khí	Cân nặng
Широта	Весь мир	Канада	Тайбэй	Солнце	Твёрдое тело	Газообразное тело	Вес
너희	위기	실패	화	위로	기회	최고	차례(순서)
you	crisis	failure	anger	comfort	chance	best	order
你们，诸位	危机	失败	怒气	慰问	机会	最高	顺序
あなたたち	危機	失敗	怒り	慰労	機会	一番	順番
Các bạn	Nguy cơ, khủng hoảng	Thất bại	Sự giận giữ	Sự an ủi	Cơ hội	Tốt nhất, cao nhất	Thứ tự, lượt
Вы	Кризис	Неудача	Злость	Утешение	Шанс	Наилучший	Очерёдность (очередь)
취소	태도	그래서	게다가	가위	제주도	대구	대화
cancel	attitude	so	in addition	scissors	Jeju Island	Dae-Gu	conversation
取消	态度	所以	而且，同时	剪子	济州岛	大邱	对话
キャンセル	態度	それで	さらに	はさみ	チェジュド	テグ	対話
Sự hủy bỏ	Thái độ	Cho nên	Ngoài ra, thêm vào đó	Cái kéo	Đảo Jeju	Dae-gu	Cuộc hội thoại
Отмена	Поведение, манера	И так, стало быть, поэтому	К тому же	Ножницы	Остров Чеджу	Дегу	Беседа, разговор

얘기(이야기)	쉬워요	더워요	게으르다	세다	화려하다	오래되다	되다
story	**easy**	**hot**	**lazy**	**strong**	**splendid/fancy**	**old**	**become**
聊天，故事	简单	热	懒惰	健壮，强烈，数	华丽，丰富	很久	成为，变成
話	やすい	暑い	怠惰だ	強い	派手	古い	なる
Câu chuyện	Dễ dàng	Nóng bức	Lười biếng	Mạnh mẽ	Hoa lệ, sặc sỡ	Lâu đời, cũ	Trở thành
Рассказ; разговор	Легко	Жарко	Ленивый	Сильный	Роскошный, яркий	Давний, устаревший	Становиться
배우다	내리다	보내다	내다	이해하다	소개하다	노래하다	내려가다
learn	**come down/descend**	**send**	**pay**	**understand**	**introduce**	**sing**	**go down**
学习，效仿	下落，下（车）	邮寄，传送，度过	交，完成	理解	介绍	唱歌	下（楼），返（乡）
学ぶ	降りる	送る	出す	理解する	紹介する	歌う	下る
Học tập	Rơi xuống, giảm xuống	Gửi	Trả	Hiểu	Giới thiệu	Hát hò	Đi xuống
Изучать	Спускать	Отправлять	Платить	Понимать	Знакомиться	Петь	Спускаться
데려오다	매다	메다	사귀다	쉬다	지내다	태어나다	튀기다
bring	**tie**	**carry/get choked**	**make friend**	**rest**	**pass/spend**	**be born**	**splash**
带来	系	背，堵住	交往	休息	通过，度过	出生	油炸
連れてくる	縛る	詰まる	付き合う	休む	暮らす	生まれる	揚げる
Đưa đến	Thắt, buộc	Đeo, mang	Kết bạn, làm quen	Nghỉ ngơi	Trải qua	Được sinh ra	Bắn, văng(nước)
Проводить с собой	Завязывать	Носить	Дружить	Отдыхать	Проводить, жить	Родиться	Жарить (в масле)
재다	세다	세우다(주차)	초대하다	매일	뇌	화요일	왜
measure	**count**	**park**	**invite**	**everyday**	**brain**	**Tuesday**	**why**
测量	计算	停车	招待	每天	脑	星期二	为什么
計る	数える	止める	招待する	毎日	脳	火曜日	なぜ
Đo lường	Đếm	Đậu, đỗ xe	Mời	Hằng ngày	Não	Thứ ba	Vì sao
Мерить; взвешивать	Считать	Остановить, парковаться	Приглашат	Каждый день	Мозг	Вторник	Почему

쌍자음

	ㄱ	ㄲ	ㅋ	ㄷ	ㄸ	ㅌ	ㅂ	ㅃ	ㅍ	ㅅ	ㅆ	ㅈ	ㅉ	ㅊ
ㅏ	가	까	카	다	따	타	바	빠	파	사	싸	자	짜	차
ㅑ	야	꺄	캬	댜	땨	탸	뱌	뺘	퍄	샤	쌰	쟈	쨔	챠
ㅓ	거	꺼	커	더	떠	터	버	뻐	퍼	서	써	저	쩌	처
ㅕ	겨	껴	켜	뎌	뗘	텨	벼	뼈	펴	셔	쎠	져	쪄	쳐
ㅗ	고	꼬	코	도	또	토	보	뽀	포	소	쏘	조	쪼	초
ㅛ	교	꾜	쿄	됴	뚀	툐	뵤	뾰	표	쇼	쑈	죠	쬬	쵸
ㅜ	구	꾸	쿠	두	뚜	투	부	뿌	푸	수	쑤	주	쭈	추
ㅠ	규	뀨	큐	듀	뜌	튜	뷰	쀼	퓨	슈	쓔	쥬	쮸	츄
ㅡ	그	끄	크	드	뜨	트	브	쁘	프	스	쓰	즈	쯔	츠
ㅣ	기	끼	키	디	띠	티	비	삐	피	시	씨	지	찌	치
ㅐ	개	깨	캐	대	때	태	배	빼	패	새	쌔	재	째	채
ㅔ	게	께	케	데	떼	테	베	뻬	페	세	쎄	제	쩨	체
ㅒ	걔	깨	캐	대	때	태	배	빼	퍠	섀	쌔	쟤	쨰	챼
ㅖ	계	꼐	켸	뎨	뗴	톄	볘	뼤	폐	셰	쎼	졔	쪠	쳬
ㅢ	긔	끠	킈	듸	띄	틔	븨	쁴	픠	싀	씌	즤	쯰	츼
ㅟ	귀	뀌	퀴	뒤	뛰	튀	뷔	쀠	퓌	쉬	쒸	쥐	쮜	취
ㅘ	과	꽈	콰	돠	똬	톼	봐	뽜	퐈	솨	쏴	좌	쫘	촤
ㅝ	궈	꿔	쿼	둬	뚸	퉈	붜	뿨	풔	숴	쒀	줘	쭤	춰
ㅚ	괴	꾀	쾨	되	뙤	퇴	뵈	뾔	푀	쇠	쐬	죄	쬐	최
ㅙ	괘	꽤	쾌	돼	뙈	퇘	봬	뽸	퐤	쇄	쐐	좨	쫴	쵀
ㅞ	궤	꿰	퀘	뒈	뛔	퉤	붸	쀄	풰	쉐	쒜	줴	쮀	췌

쌍자음 쓰기

	ㄱ	ㄲ	ㅋ	ㄷ	ㄸ	ㅌ	ㅂ	ㅃ	ㅍ	ㅅ	ㅆ	ㅈ	ㅉ	ㅊ
ㅏ														
ㅑ														
ㅓ														
ㅕ														
ㅗ														
ㅛ														
ㅜ														
ㅠ														
ㅡ														
ㅣ														
ㅐ														
ㅔ														
ㅒ														
ㅖ														
ㅢ														
ㅟ														
ㅘ														
ㅝ														
ㅚ														
ㅙ														
ㅞ														

오빠	아빠	쓰레기	도끼	어깨	뼈	찌개	토끼
older brother	dad/father	garbage	axe	shoulder	bone	stew	rabbit
哥哥（妹妹）	爸爸	垃圾	斧头	肩部	骨头	汤	兔子
お兄さん	パパ	ごみ	斧	肩	骨	スープ	ウサギ
Anh trai (em gái gọi)	Bố	Rác	Cái rìu	Vai	Xương	Canh (dạng hầm)	Con thỏ
Старший брат	Отец/папа	Мусор	Топор	Плечо	Кость	Stew	Кролик, заяц
코끼리	뿌리	때때로	빠르다	바쁘다	예쁘다	싸다	비싸다
elephant	root	sometimes	fast	busy	beautiful	cheap	expensive
大象	根部	偶尔	快速	忙	漂亮	便宜	贵
像	根	たまに	早い	忙しい	綺麗だ	安い	高い
Con voi	Rễ (cây)	Thỉnh thoảng	Nhanh chóng	Bận rộn	Xinh đẹp	Rẻ	Đắt đỏ
Слон	Корень	Порой, время от времени	Быстрый	Быть занятым, занятый	Красивый, милый	Дешёвый	Дорогой, дорогостоящий
기쁘다	짜다	(맛이) 쓰다	쓰다	끄다	꾸다	깨다	뜨다
glad	salty	bitter	write	turn off	borrow	break	float
高兴	咸	（味道）苦	写	关掉	借用	醒来	漂浮
嬉しい	塩辛い	苦い	書く	消す	借りる	割る	浮かぶ
Vui	Mặn	Đắng	Viết	Tắt	vay mượn	Đập vỡ	Nổi, lơ lửng
Радоваться	Солёный	Горький (о вкусе)	Писать	Выключить	Видеть сон	Разбивать	Плавать по воде
느끼다	싸우다	바꾸다	(짐을) 싸다	떠나다	뛰다	미끄러지다	빠지다
feel	fight	exchange	pack	leave	run, jump	slip	fall
感觉	吵架	交换	(行李) 打包	离开	跑步，跳	滑倒	漏掉
感じる	あらそう	変える	荷造り	立つ、出る	走る、ジャンプ	滑る	陥る
Cảm nhận	Cãi vã, chiến đấu	Thay đổi	Thu xếp, gói ghém đồ đạc	Rời đi, bỏ đi	Chạy, nhảy	Trượt (chân)	Rơi, mắc vào
Чувствовать	Драться, биться, ссориться	Менять, обменивать	Паковать (багаж)	Покидать, отправляться	Прыгать; бегать	Поскользнуться	Падать, упасть

따다	찌다	빼다	꼬마	때리다	씨
pick	steam	take out/subtract	boy	hit	seed
摘	蒸	排除	小家伙	打	种子
取る	ふかす	抜く	ちび	殴る	種
Hái, ngắt	Hấp	Lấy ra/Trừ	Cậu bé	Đánh	Hạt giống
Рвать	Готовить на пару	Вынимать; вычитать	Маленький мальчик	Бить, ударять, хлестать	Семена

받침: ㄱ, ㄲ, ㅋ

가족	약사	약국	음악가	저녁	새벽	추석	주택
family	pharmacist	pharmacy	musician	evening	dawn	korean thanksgiving day	house
家庭	药剂师	药店	音乐家	晚上、晚饭	凌晨	中秋	住宅
家族	薬事	薬局	音楽家	夕方	晩	お盆	住宅
Gia đình	Dược sĩ	Hiệu thuốc	Nhạc sĩ	Buổi tối	Sáng sớm	Trung thu	Nhà ở
Семья	Фармацевт, аптекарь	Аптека	Музыкант	Вечер	Рассвет, заря	Чусок	Жилой дом, жилище

역	기숙사	우체국	학교	대학교	개학	과목	역사
station	dormitory	post office	school	college/university	beginning of school	subject	history
站	宿舍	邮寄	学校	大学	开学	科目	历史
駅	寮	郵便局	学校	大学校	始業日	科目	歴史
Ga	Kí túc xá	Bưu điện	Trường học	Trường đại học	Khai giảng, khai trường	Môn học	Lịch sử
Станция	Общежитие	Почта	Школа	Университет	Начало нового учебного года (четверти)	Предмет, дисциплина	История

화학	수학	숙제	지각	규칙	교육	학사	석사
chemistry	mathematics	homework	late/tardy	rule	education	bachelor	master
化学	数学	作业	迟到	规则	教育	学士	硕士
化学	数学	宿題	遅刻	規則	教育	学士	修士
Hóa học	Toán học	Bài tập về nhà	Đi muộn	Quy tắc	Giáo dục	Cử nhân	Thạc sĩ
Химия	Математика	Домашнее задание	Опоздание	Правило	Образование	Бакалавр	Магистр

박사	유학	학기	부엌	식탁	외식	목욕	약속
doctor	study abroad	semester	kitchen	dining table	eat out	bath	promise
博士	留学	学期	厨房	饭桌	外餐	洗澡（沐浴）	约定
博士	留学	学期	台所	食卓	外食	湯入り	約束
Tiến sĩ	Du học	Học kì	Nhà bếp	Bàn ăn	Ăn ngoài	Việc tắm rửa	Lời hứa hẹn
Докторская степень	Обучение за рубежом	Семестр	Кухня	Кухонный стол	Есть не дома (в ресторане, кафе)	Купание	Обещание

바닥	치약	택배	책	내복	축구화	넥타이	목도리
floor	toothpaste	delivery	book	underwear	soccer shoes	neck tie	scarf/muffler
地面	牙膏	快递	书	内衣	足球鞋	领带	围巾
底	歯磨き	宅配	本	下着、肌着	サッカーシューズ	ネクタイ	マフラー
Sàn (nhà), mặt đất	Kem đánh răng	Chuyển phát	Sách	Quần áo lót	Giày bóng đá	Cà vạt	Khăn quàng cổ
Пол	Зубная паста	Служба доставки	Книга	Тёплое нижнее бельё	Бутса	Галстук	Шарф

턱	목	식도	시력	수박	깍두기	국수	떡
chin	neck	throat	vision	watermelon	diced radish kimchi	noodle	rice cake
下巴	脖子	食道	视力	西瓜	腌萝卜块	面条	打糕
顎	首	食道	視力	すいか	カクトゥギ	そば	もち
Cằm	Cổ	Thực quản	Thị lực	Dưa hấu	Kimchi củ cải	Mì sợi	Bánh gạo
Подбородок	Шея	Пищевод	Зрение	Арбуз	Ккактуги	Лапша	Рисовый хлебец

떡볶이	도시락	국	낙지	맥주	녹차	세탁기	복사기
seasoned bar rice cake	packed lunch	stew	octopus minor	beer	green tea	washer	copier
炒年糕	便当	汤	八脚鱼	啤酒	绿茶	洗衣机	复印机
トツポッキ	弁当	汁	タコ	ビール	グリーンティー	洗濯機	コピー機
Bánh gạo cay	Cơm hộp	Canh	Bạch tuộc nhỏ	Bia	Trà xanh	Máy giặt	Máy photo
Ттокпокки	Еда в дорогу; еда для пикника	Суп	Осьминог	Пиво	Зелёный чай	Стиральная машина	Копировальный аппарат

고속도로	택시	트럭	과속	육교	목표	노약자석	이륙
highway	taxi	truck	speeding	overhead bridge	goal/target	seat for the old and the weak	take-off
高速公路	出租车	卡车, 货车	超速	天桥	目标	老弱病残孕专座	起飞
高速道路	タクシー	トラック	過速	陸橋	目標	優先席	離陸
Đường cao tốc	Taxi	Xe tải	Sự quá tốc	Cầu vượt	Mục tiêu	Chỗ ngồi cho người già yếu	Sự cất cánh
Автострада	Такси	Грузовик	Превышение скорости	Путепровод	Цель; объект	места для пассажиров с детьм	Взлёт
착륙	기내식	주식	계획	약	페이스북	속	밖
landing	in-flight meal	stock	plan	drug	Facebook	inside	outside
着陆	机内餐	主食	计划	药	脸书	里面	外面
着陸	機内食	株式	計画	薬	フェースブック	内	外
Sự hạ cánh	Thức ăn trong máy bay	Cổ phiếu	Kế hoạch	Thuốc	Facebook	Trong	Ngoài
Приземление, посадка	Еда и напитки, предоставляемые пассажирам на борту самолёта	Акция	План	Лекарство	Фейсбук	Изнанка	Наружу, наружная сторона
북(北)	독서	축구	탁구	역도	바둑	낚시	예약
north	reading	soccer	ping-pong	weight lifting	go game	fishing	reservation
北	读书	足球	乒乓球	举重	围棋	钓鱼	预约
北	読書	サッカー	ピンポン	ウエートリフティング	碁	釣	予約
Bắc	Việc đọc sách	Bóng đá	Bóng bàn	Cử tạ	Cờ vây	Câu cá	Đặt trước
Север	Чтение	Футбол	Настольный теннис	Тяжёлая атлетика	Корейские шашки	Рыбалка	Бронирование
저축	악어	박쥐	미역	사막	북극	적도	대륙
saving	alligator	bat	seaweed	desert	North Pole	Equator	continent
储蓄	鳄鱼	蝙蝠	海带	沙漠	北极	赤道, 土匪	大陆
貯蓄	ワニ	コウモリ	ワカメ	砂漠	北極	赤道	大陸
Gửi tiết kiệm	Cá sấu	Con dơi	Rong biển	Sa mạc	Bắc Cực	Xích đạo	Đại lục (Châu lục)
Накопление; сбережения	Крокодил	Летучая мышь	Морская капуста	Пустыня	Северный полюс	Экватор	Континент
미국	태국	멕시코	국가	외국	국적	뉴욕	액체
Unite States	Thailand	Mexico	nation	foreign country	nationality	new york	liquid
美国	泰国	墨西哥	国家	外国	国籍	纽约	液体
米国	タイ	メキシコ	国家	外国	国籍	ニューヨーク	液体
Mỹ (Hoa Kỳ)	Thái Lan	Mexico	Quốc gia	Ngoại quốc	Quốc tịch	New York	Thể lỏng, chất lỏng
США	Таиланд	Мексика	Государство , страна	Иностранное государство	Гражданство	Нью Йорк	Жидкость
과학	속도	회색	보라색	초록색	육(6)	백(100)	억
science	velocity/speed	gray	violet, purple	green	six	hundred	hundred million
科学	速度	灰色	紫色, 青紫色	草绿色	六	百	亿
科学	速度	グレー	紫	グリーン	六	百	億
Khoa học	Tốc độ	Màu xám	Màu tím	Màu xanh lá cây	Sáu	(Một) Trăm	Trăm triệu
Наука	Скорость	Серый цвет	Фиолетовый цвет	Зелёный цвет	Шесть	Сто	Сто миллионов
격려	악	추억	기억	노력	목적	부탁	목소리
encourage	evil	remembrance	memory	effort	purpose	asking favor	voice
鼓励, 激励	恶, 坏	回忆	记忆	努力	目的	拜托	声音
励まし	悪	思い出	記憶	努力	目的	お願い	声
Khích lệ	Cái ác	Ki niệm	Trí nhớ	Nỗ lực	Mục đích	Nhờ vả	Giọng nói
Одобрение, поддержка	Зло	Воспоминание	Память	Старание	Цель	Просьба	Голос

작다	적다	부족하다	착하다	똑똑하다	익숙하다	깎다	볶다
small	**few/little**	**insufficient**	**kind**	**smart**	**familiar**	**cut**	**roast**
渺小	记录，少量	不足	善良	聪明	熟悉	削减	炒
小さい	少ない	足りない	よい、おとなしい	頭がよい	慣れている	削る	る
Nhỏ bé	Ít ỏi	Thiếu	Tốt bụng, hiền lành	Thông minh	Quen thuộc	Cắt, giảm	Xào, rang
Маленький	Немногочисленный, мало	Недостаточный	Добрый	Умный	Привычный, привыкать	Срезать, стричь, строгать	Жарить на масле, тушить
식다	섞다	찍다	먹다	식사하다	닦다	숙제하다	축하하다
cool	**mix**	**take**	**eat**	**eat**	**clean**	**homework**	**congratulate/ celebrate**
冷却，变凉	混合，掺和	盖，指定，照 (照片)	吃	就餐	擦	做作业	祝贺
冷める	混ぜる	つける	食べる	食事する	磨く、拭く	宿題をする	祝う
Nguội lạnh	Trộn	Chụp, ghi hình	Ăn	Dùng bữa	Lau dọn	Làm bài tập về nhà	Chúc mừng
Остывать	Мешать	Рубить;компостировать; Фотографировать	Есть	Есть	Чистить	Делать домашнее задание	Поздравлять
약속하다	예약하다	기억하다	시작하다	막히다	도착하다	익다	녹다
promise	**reserve**	**memorize**	**start**	**block**	**arrive**	**ripen/mature**	**melt/dissolve**
约定	预约	记忆	开始	堵塞	到达	熟悉，熟	融化
約束する	予約する	記憶する	始める	支える	着く	煮える	溶ける
Hứa hẹn	Đặt trước	Ghi nhớ	Bắt đầu	Bị tắc nghẽn	Đến nơi	(Thức ăn, trái) chín	Tan ra
Обещать	Бронировать	Помнить, вспоминать	Начинать	Быть закупоренным,быть заслонённым	Прибывать	Поспевать; созревать; искусный	Таять; растворяться; расплавляться

형	형제	동생	조상	장모	남녀평등	왕	항상
older brother	**sibling**	**younger brother**	**ancestor**	**mother-in-law**	**sexual equality**	**king**	**always**
哥哥	兄弟	弟弟、妹妹	祖上	丈母娘	男女平等	王、大、非常	一直
お兄さん	兄弟	弟、妹	先祖	姑	男女平等	王様	いつも
Anh (em trai gọi)	Anh em trai	Em	Tổ tiên	Mẹ vợ	Bình đẳng nam nữ	Vua	Luôn luôn
Старший брат	Братья	Младший брат	Предок	Тёща	Равноправие	Царь	Всегда

상자	시장	소방서	고향	식당	장소	노래방	동네
box	**market**	**fire station**	**hometown**	**restaurant**	**place**	**karaoke**	**town/ neighborhood**
箱子	市长	消防所	故乡	食堂	场所	练歌房	社区
箱	市場	消防署	故郷	食堂	場所	カラオケ	村町
Hộp, thùng	Chợ	Trạm cứu hỏa	Quê hương	Nhà hàng	Nơi chốn	Phòng karaoke	Khu, xóm
Коробка	Рынок	Пожарная часть	Родина, родной край	Ресторан, столовая	Место	Караоке	Квартал, соседний жилой район

목욕탕	극장	시청	초등학교	중학교	고등학교	학생	대학생
bath	**theater**	**city hall**	**elementary school**	**middle school**	**high school**	**student**	**college student**
澡堂	剧场	市政府	小学	中学	高中	学生	大学生
風呂屋	映画館	市役所	小学校	中学校	高等学校	学生	大学生
Phòng tắm hơi	Nhà hát, rạp chiếu phim	Tòa thị chính(UBND thành phố)	Trường tiểu học	Trường trung học cơ sở(cấp 2)	Trường trung học phổ thông(cấp 3)	Học sinh	Sinh viên
Баня, ванная	Театр	Мэрия	Начальная школа	Средняя школа	Старшая школа	Ученик	Студент

동아리	영어	방학	소풍	수학여행	성적	학생증	방
circle	**english**	**vacation**	**picnic/excursion**	**field trip**	**grade/mark**	**student identification card**	**room**
社团	英语	放假	兜风，散步	见习旅行	成绩	学生证	房间
サークル	英語	(夏、冬)休み	遠足	修学旅行	成績	学生証	部屋
Câu lạc bộ	Tiếng Anh	Kì nghỉ	Dã ngoại	Chuyến tham quan (của trường)	Thành tích	Thẻ học sinh/ sinh viên	Phòng
Кружок	Английский язык	Каникулы	Пикник	Учебная(школьная) экскурсия	Успеваемость	Студенческий (ученический) билет	Комната

주방	책상	마당	청소	병	향수	가방	생활
kitchen	**desk**	**yard**	**cleaning**	**bottle**	**perfume**	**bag**	**life**
厨房	书桌	院子	清扫	瓶子，瓶（量词）	香水	包	生活
台所	机	庭	掃除	瓶	パフューム	カバン	生活
Khu bếp	Bàn học, bàn làm việc	Sân	Dọn dẹp	Chai, bình	Nước hoa	Cặp, túi xách	Sinh hoạt
Кухня	Школьная доска	Двор	Уборка	Бутылка; банка	Парфюм (духи, одеколон)	Сумка	Быт, жизнь

고장	지붕	쓰레기통	포장	정장	양복	양장	수영복
trouble/ breakdown	**roof**	**garbage can**	**packing**	**suit**	**suit**	**western dress**	**swimming suit**
故障	屋顶	垃圾桶	包装	正装	西服	伴装	游泳衣
故障	屋根	ゴミ箱	包装	正装	洋服	洋装	水着
Hư, hỏng	Mái (nhà)	Thùng rác	Sự đóng gói	Âu phục (vest)	Âu phục nam (vest nam)	Âu phục nữ (vest nữ)	Đồ bơi
Кухня	Школьная доска	Двор	Уборка	Бутылка; банка	Парфюм (духи, одеколон)	Сумка	Быт, жизнь

장화	청바지	장	등	망고	복숭아	빵	사탕
boots	jeans	market	lamp	mango	peach	bread	candy
长靴	牛仔裤	酱，柜，地方	后背	芒果	桃子	面包	糖果
ブーツ	ジーンズ	マーケット	ランプ	マンゴー	桃	パン	飴
Giày cổ cao, ủng	Quần Jeans	Chợ	Đèn	Quả xoài	Quả đào	Bánh mì	Kẹo
Резиновые сапоги	Джинсы	Рынок	Лампа	Манго	Персик	Хлеб	Конфета

중식	양식	양파	홍차	냉장고	청소기	교통	교통사고
chinese food	american food	onion	black tea	refrigerator	vacuum	traffic	car accident
中餐	西餐	圆葱	红茶	冰箱	吸尘器	交通	交通事故
中華料理	洋食	玉ねぎ	紅茶	冷蔵庫	掃除機	交通	交通事故
Thức ăn Trung Quốc	Thức ăn phương Tây	Hành tây	Hồng trà	Tủ lạnh	Máy hút bụi	Giao thông	Tai nạn giao thông
Китайская кухня	Европейская кухня	Лук	Чёрный чай	Холодильник	Пылесос	Транспорт	Дорожно-транспортное происшествие

승객	정류장	자동차	자가용	주차장	공항	비행기	항공사
client	bus stop	car	automobile	parking lot	airport	airplane	airline
乘客	停车站	汽车	私家车	停车场	机场	飞机	航空公司
乘客	停、停留場	車	自家用車	駐車場	空港	飛行機	航空社
Hành khách	Trạm dừng xe buýt	Xe hơi	Xe hơi gia dụng	Bãi đỗ xe	Sân bay	Máy bay	Hãng hàng không
Пассажир	Остановка	Автомобиль	Личное авто	Автостоянка	Аэропорт	Самолёт	Авиакомпания

왕복	항구	사장	동료	공장	마케팅	도장	병
coming and going	harbor	president	colleague	factory	marketing	stamp	sickness, illness
往返	港口	老板	同事	工厂	市场营销	印章	病
往復	港口	社長	同僚	工場	マーケテイング	はんこ	病
Hai chiều (khứ hồi)	Cảng	Giám đốc	Đồng nghiệp	Nhà máy	Tiếp thị	Con dấu	Bệnh tật
В оба конца	Порт	Директор	Коллега	Завод, фабрика	Маркетинг	Печать	Болезнь

두통	치통	통증	화상	당뇨병	충치	항생제	위장약
headache	toothache	pain	burn/scald	diabetes	cavity/ decayed tooth	antibiotic	digestive medicine
头痛	牙痛	痛症	烫伤	糖尿病	虫牙	抗生剂	胃肠药
頭痛	歯痛	痛み	やけど	糖尿	虫歯	抗生剤	胃腸薬
Đau đầu	Đau răng	Chứng đau nhức	Vết bỏng	Bệnh tiểu đường	Răng sâu	Thuốc kháng sinh	Thuốc đau dạ dày
Головная боль	Зубная боль	Боль	Ожог	Диабет	Кариес; дупло	Антибиотик	Средство от диспепсии

방향	동(東)	여행	공	농구	당구	승마	수영
direction	east	trip, travel	ball	basketball	billiards	horseback riding	swimming
方向	东	旅行	球	篮球	台球	骑马	游泳
方向	東	旅行	ボール	バスケットボール	ビリヤード	乗馬	水泳
Phương hướng	Đông	Du lịch	Quả bóng	Bóng rổ	Bi-a	Cưỡi ngựa	Bơi lội
Направление	Восток	Путешествие	Мяч	Баскетбол	Бильярд	Верховая езда	Плавание

방송	영화	무용	경제	광고	시장	대형마트	쇼핑
broadcast	movie	dancing	economy	advertisement	market	department store	shopping
播放	电影	舞蹈	经济	广告	市场	大型超市	购物
放送	映画	舞踊、ダンス	経済	広告	市場	デパート	ショッピング
Việc phát sóng	Phim điện ảnh	Bộ môn múa	Kinh tế	Quảng cáo	Chợ/Thị trường	Siêu thị lớn	Mua sắm
Телерадиовещание	Фильм, кино	Танец	Экономика	Реклама	Рынок	Гипермаркет	Шопинг

공짜	영수증	통장	직장	호랑이	용	양	강아지
free	receipt	bankbook	workplace	tiger	dragon	sheep, lamb	puppy
免费	收据	存折	职场	老虎	龙	羊，量	小狗
フリー	レシート	通帳	職場	虎	ドラゴン	羊	犬
Miễn phí	Hóa đơn	Sổ tiết kiệm/tài khoản ngân hàng	Nơi làm việc	Con hổ	Con rồng	Con cừu	Con chó con
Бесплатно	Квитанция, кассовый чек	Сберегательная книжка	Место работы	Тигр	Дракон	Овца	Щенок

송아지	병아리	상어	장마	강	홍수	영상	영하
calf	chick	shark	rainy spell in summer	river	flood	above zero	below zero
小牛	小鸡	鲨鱼	梅雨	江	洪水	零上	零下
子牛	ひよこ	サメ	つゆ	川	洪水	映像	零下
Con bê	Gà con	Cá mập	Mùa mưa dầm	Con sông	Lũ lụt	Dương (lớn hơn 0)	Âm (nhỏ hơn 0)
Телёнок	Цыпленок	Акула	Муссонный дождь	Река	Наводнение	Выше нуля	Ниже нуля

태평양	대서양	인도양	지중해	경도	해외여행	중국	영국
Pacific	Atlantic	Indian Ocean	Mediterranean Sea	longitude	foreign trip	China	England
太平洋	大西洋	印度洋	地中海	京都	海外旅行	中国	英国
太平洋	大西洋	インド洋	地中海	経度	海外旅行	中国	イギリス
Thái Bình Dương	Đại Tây Dương	Ấn Độ Dương	Địa Trung Hải	Kinh độ	Du lịch nước ngoài	Trung Quốc	Anh Quốc
Тихий океан	Атлантический океан	Индийский океан	Средиземное море	Долгота	Путешествие за границей	Китай	Англия

프랑스	싱가포르	방콕	북경	상해	홍콩	다낭	동경
France	Singapore	Bangkok	Beijing	Shanghai	Hongkong	Danang	Tokyo
法国	新加坡	曼谷，宅在家	北京	上海	香港	岘港	东京，憧憬
フランス	シンガポール	バンコック	北京	シャンハイ	ホンコン	ダナン	東京
Pháp	Singapore	Bangkok	Bắc Kinh	Thượng Hải	Hồng Kông	Đà Nẵng	Tokyo
Франция	Сингапур	Бангкок	Пекин	Шанхай	Гонконг	Дананг	Токио

태양	항성	행성	위성	수증기	중력	무중력	통계
sun	sun/fixed star	planet	satellite	vapor	gravity	zero gravity	statistics
太阳	恒星	行星	卫星	水蒸气	重力	失重	统计
太陽	恒星	行星	衛星	蒸気	重力	無重力	統計
Mặt trời	Định tinh (hằng tinh)	Hành tinh	Vệ tinh	Hơi nước	Trọng lực	Không trọng lực	Thống kê
Солнце	Неподвижная звезда	Планета	Спутник	Пар, испарение	Сила притяжения	Невесомость	Статистика

주황색	사랑	희망	평화	충성	생각	행복	걱정
orange	love	hope	peace	loyalty	thinking	happiness	anxiety/worry
橘黄色	爱	希望	和平	忠诚	想法	幸福	担心
オレンジ色	愛	希望	平和	忠誠	思い	幸せ	悩み
Màu cam	Tình yêu	Hi vọng	Sự bình yên, hòa bình	Sự trung thành	Suy nghĩ	Hạnh phúc	Sự lo lắng
Оранжевый цвет	Любовь	Надежда	Покой, мир	Преданность	Мысль, дума, воспоминание	Счастье	Беспокойство

공경	성격	성공	망치	강의	광주	항상	경치
respect	personality	success	hammer	lecture	Kwangju	always	view/scenery
恭敬	性格	成功	锤子	授课	光州	经常	景色
恭敬	性格	成功	ハンマー	講義	クアンジュ	いつも	気色
Cung kính	Tính cách	Sự thành công	Cái búa	Bài giảng	Kwangju	Luôn luôn	Cảnh trí
Уважаение	Характер	Успех	Молоток	Лекция	Гванджу	Всегда	Пейзаж, вид

풍경	마중	배웅	모양	다양하다	증가하다	유명하다	정확하다
scenery	meeting/reception	send-off	shape	various	increase	famous	exact
风景	迎接	送行	模样	多样	增加	有名	准确
風景	出迎え	見送り	様子	多様だ	増える	有名だ	正確だ
Phong cảnh	Sự tiếp đón	Sự tiễn đi	Hình dáng	Đa dạng	Gia tăng	Nổi tiếng	Chính xác
Живописный пейзаж	Идти навстречу	Проводы	Образ, вид	Разнообразный	Повышаться	Быть известным	Точный

소중하다	조용하다	죄송하다	뚱뚱하다	공부하다	용서하다	성공하다	청소하다
important	calm/quiet	sorry	fat	study	forgive	succeed	cleaning
宝贵	安静	抱歉	肥胖	学习	饶恕	成功	清扫
尊い	静かだ	申し訳ない	太っている	勉強する	許す	成功する	掃除する
Quý báu	Im lặng, yên tĩnh	Xin lỗi	Mập	Học hành	Tha thứ	Thành công	Dọn dẹp
Драгоценный, ценный	Тихий, спокойный	Приносить извинения	Толстый	Учиться, заниматься	Прощать	Добиваться успеха	Убирать, наводить чистоту

사용하다	걱정하다	수영하다	생각나다	생기다	정하다	자랑하다	정리하다
use	worry	swim	think	become	set	boast/brag	arrange
使用	担心	游泳	想起	产生	决定	炫耀	整理
尊い	静かだ	申し訳ない	太っている	勉強する	許す	成功する	掃除する
Sử dụng	Lo lắng	Bơi lội	Suy nghĩ	Xuất hiện	Chọn, quyết định	Khoe khoang	Sắp xếp
Использовать	Беспокоиться	Плавать	Думать	Появляться	Определять, назначать, устанавливать	Хвастаться, хвалиться	Приводить в порядок

받침: ㅁ

엄마	부모님	사람	남자	아줌마	이름	아침	점심
mother	parents	human	man	aunt	name	morning	lunch
妈妈	父母	人	男	大妈	名字	早上，早餐	中午，午餐
ママ	両親	人	男性	おばさん	名前	朝	昼
Mẹ	Bố mẹ	Con người	Đàn ông	Cô	Tên	Buổi sáng	Buổi trưa
Мама	Родители	Человек	Мужчина	Тётушка, тётя	Имя	Утро	Обед
밤	봄	여름	다음	처음	요즘	가끔	보름
night	spring	summer	next	first	current/ nowadays	sometimes	half month/ fifteen days
夜晚	春天	夏天	下一个	第一次	最近	偶尔	半个月
夜	春	夏	次	始め	最近	時々	半月
Đêm	Mùa xuân	Mùa hè	Tiếp theo	Đầu tiên	Dạo này	Thỉnh thoảng	Nửa tháng
Ночь	Весна	Лето	Следующий	Вначале, впервые, заново	В эти дни, на днях	Иногда	15 дней
시험	학점	점수	침대	잠	담	금	짐
test, examination	credit/unit	score	bed	sleep	wall	gold	burden/load
考试	学分	分数	床	睡觉	围墙	金子	行李
試験、テスト	単位	点数	ベッド	眠り	囲い	金、ゴールド	荷物
Bài thi	Học phần	Điểm	Cái giường	Giấc ngủ	Hàng rào	Vàng	Gánh nặng, hành lý
Экзамен, тестирование	Балл, отметка, кредит	Оценка	Кровать	Сон	Стена	Золото	Груз, багаж
화장품	뺨	가슴	심장	땀	몸	감	김치
cosmetics	chick	breast	heart	sweat	body	persimmon	kimchi
化妆品	面颊	胸部	心脏	汗水	身体	感觉，柿子	泡菜
化粧品	頬	胸	心臓	汗	体	かき	キムチ
Mĩ phẩm	Cái má	Ngực	Tim	Mồ hôi	Cơ thể	Quả hồng	Kim chi
Косметика	Щека	Грудь, грудная клетка	Сердце	Пот	Тело, организм	Хурма	Кимчи
담배	냄새	삼계탕	햄버거	껌	아이스크림	참외	소금
tobacco	smell	Ginseng Chicken Broth	Hamburger	chewing gum	ice cream	oriental melon	salt
烟	味道	参鸡汤	汉堡	口香糖	冰淇淋	甜瓜	盐
タバコ	臭い	サムゲタン	ハンバーガー	ガム	アイスクリーム	マクワウリ	塩
Thuốc lá	Mùi	Gà hầm sâm	Hamburger	Kẹo cao su	Kem	Dưa lê	Muối
Сигареты	Запах	Самгетанг	Гамбургер	Жевательная резинка	Мороженое	Дыня	Соль
감자	식품	냉동식품	냉장식품	음료수	컴퓨터	요금	금지
potato	food	frozen food	refrigerated food	beverage	computer	fee	prohibition
土豆	食品	冷冻食品	冷藏食品	饮料	电脑	费用	禁止
ジャガイモ	食品	冷凍食品	冷蔵食品	飲み物	パソコン	料金	禁止
Khoai tây	Thực phẩm	Thực phẩm đông lạnh	Thực phẩm ngăn mát	Thức uống	Máy tính	Cước phí	Sự cấm đoán
Картофель	Продукты, продовольственные товары	Замороженные продукты питания	продукты хранение́ в холодильнике	Напиток	Компьютер	Плата	Запрет

주차금지	제품	반품	명함	상여금	의료보험	감기	암
parking	**product**	**return**	**name card**	**bonus**	**medical insurance**	**common cold**	**cancer**
禁止停车	产品	退货	名片	奖金	医疗保险	感冒	癌症
駐車禁止	製品	返品	名詞	ボーナス	医療保険	風邪	癌
Cấm đỗ xe	Sản phẩm, chế phẩm	Sự trả hàng	Danh thiếp	Tiền thưởng	Bảo hiểm y tế	Cảm lạnh	Ung thư
Стоянка запрещена	Продукция	Возврат	Визитная карточка	Бонус	Медицинское страхование	Простуда	Рак
위염	기침	항암제	감기약	홈페이지	남(南)	중심	게임
gastritis	**cough**	**anticancer drug**	**cold medicine**	**homepage**	**south**	**center**	**game**
胃炎	咳嗽	抗癌剂	感冒药	主页	南	中心	游戏
胃炎	咳き	抗癌剤	風邪薬	ホームページ	南	中心	ゲーム
Viêm dạ dày	Ho	Thuốc trị ung thư	Thuốc cảm	Trang chủ	Phía nam	Trọng tâm, trung tâm	Game
Гастрит	Кашель	Противораковый препарат	Противопростудное средство	Домашняя страница	Юг	Центр	Игра
씨름	음악	그림	드럼	예금	담보	저금	뱀
wrestling	**music**	**picture**	**drums**	**deposit**	**mortgage**	**savings**	**snake**
摔跤	音乐	画	洋鼓，大桶	存款	担保	储蓄	蛇
相撲	音楽	絵	ドラム	預金	担保	貯金	蛇
Đấu vật	Âm nhạc	Bức tranh	Trống	Sự gửi tiền	Sự thế chấp	Tiền tiết kiệm	Con rắn
Корейская национальная борьба	Музыка	Картина	Барабан	Вклад, вложение денег в банк	Залог	Накопления, сбережения	Змея
염소	구름	바람	섬	남극	베트남	캄보디아	삼(3)
goat	**cloud**	**wind**	**island**	**South Pole/Antarctic**	**Vietnam**	**Cambodia**	**three**
山羊	云彩	风	小岛	南极	越南	柬埔寨	三
ヤギ	雲	風	島	南極	ベトナム	カンボジア	三
Con dê	Mây	Gió	Đảo	Nam cực	Việt Nam	Cambodia (Cam-pu-chia)	Số ba
Козёл	Облако	Ветер	Остров	Южный полюс/Антарктида	Вьетнам	Камбоджа	Три
감사	기쁨	마음	꿈	의심	근심	위험	경험
thanks	**joy**	**mind**	**dream**	**doubt**	**worry**	**danger**	**experience**
感谢	喜悦	心，想法	梦，梦想	怀疑	担心	危险	经历
感謝	幸せ	心	夢	疑い	心配	危険	経験
Sự cảm ơn	Niềm vui	Tấm lòng	Giấc mơ	Sự nghi ngờ	Sự lo lắng	Sự nguy hiểm	Kinh nghiệm
Благодарность	Радость	Сердце, душа	Мечта	Сомнение	Тревога, опасение	Опасность	Опыт
도움	힘	프로그램	가끔	모임	남다	감소하다	궁금하다
help	**power/strength**	**program**	**sometimes**	**meeting**	**remain**	**reduce**	**wonder**
帮助	力量	目录，节目，程序	偶尔	聚会	剩余	减小	好奇
助け	力	プログラム	たまに	集まり	残る	減る	気になる
Sự giúp đỡ	Sức mạnh	Chương trình	Chịu đựng	Cuộc gặp mặt	Còn lại	Giảm	Thắc mắc
Помощь	Сила	Программа	Иногда	Собрание; встреча	Оставаться	Уменьшаться	Интересоваться

감사하다	넘어지다	멈추다	심다	참다	넘다
thank	**fall**	**stop**	**plant**	**endure**	**overcome**
感谢	滑倒	停止	种植	忍耐	超过
感謝する	倒れる、転ぶ	止まる	植える	耐える	越える
Cảm ơn	Ngã	Dừng lại	Trồng	chịu đựng	Vượt qua
Благодарить	Падать	Остановиться	Сеять, сажать	Терпеть	Превышать; перелезать; разливаться

받침: ㅂ, ㅍ

직업	종업원	집	커피숍	꽃집	하숙집	입학	수업
job	**employee**	**home**	**coffee shop/ cafe**	**flower shop**	**boarding house**	**school admission**	**class**
职业	服务员	家	咖啡厅	花店	寄宿处	入学	授课
職業	従業員	家	カフェー	花屋	下宿	入学	クラス
Công việc, nghề nghiệp	Công nhân viên	Nhà	Quán cà phê	Cửa hàng hoa	Nhà trọ	Sự nhập học	Tiết học
Работа	Рабочий	Дом	Кофейня	Цветочный магазин	Пансион	Поступление в школу или университет	Урок
대답	예습	복습	법	서랍	엽서	접시	입구
answer	**preparation**	**review**	**law**	**drawer**	**postcard**	**plate**	**entrance**
回答	预习	复习	法律，方法	抽屉	明星片	碟子	入口
答え	予習	復習	法	引き出し	葉書	プレート	入り口
Sự trả lời	Sự chuẩn bị bài trước	Sự ôn tập	Luật	Ngăn kéo	Bưu thiếp	Cái đĩa	Lối vào
Ответ	Предварительная самостоятельная подготовка к занятиям.	Повторение	Закон	Ящик (стола или шкафа)	Открытка	Блюдце	Вход
잡지	무릎	밥	김밥	비빔밥	볶음밥	잡채	합창
magazine	**knee**	**rice**	**gimbap**	**bibimbap**	**fried rice**	**japchae**	**choir**
杂志	膝盖	饭	紫菜包饭	拌饭	炒饭	炒杂菜	合唱
雑誌	膝	ご飯	キムパプ	ビビンバ	チャーハン	チャプチェ	コーラス
Tạp chí	Đầu gối	Cơm	Cơm cuộn	Cơm trộn	Cơm chiên	Miến trộn	Sự hợp xướng
Журнал	Колено	Варёный рис	Кимбап	Пибимбап	Поджаренный рис	Чапчхэ (сладкая фунчоза с мясом и овощами)	Хор
사업	잎	광합성	숲	유럽	입국	높이	아홉
business	**leaf**	**photosynthesis**	**forrest**	**Europe**	**entry**	**height**	**nine**
事业	树叶	光合作用	树林	欧洲	人口	高低	九
ビジネス	葉	光合性	森	ヨーロッパ	入国	高さ	九
Việc kinh doanh	Lá	Tính quang hợp	Rừng	Châu Âu	Nhập cảnh	Độ cao	Số chín
Бизнес	Лист	Фотосинтез	Лес	Европа	Въезд в страну	Высота	Девять
십	방법	톱	삽	무겁다	가볍다	두껍다	높다
ten	**method**	**saw**	**shovel**	**heavy**	**light**	**thick**	**high**
十	方法	锯子	铲子	重	轻	厚	高
十	方法	のこぎり	シャベル	重い	軽い	厚い	高い
Số mười	Phương pháp	Cái cưa	Cái xẻng	Nặng	Nhẹ	Dày	Cao
Десять	Метод	Пила	Лопата	Тяжёлый	Лёгкий	Толстый	Высокий
좁다	어둡다	새롭다	귀엽다	아름답다	부드럽다	부럽다	그립다
narrow	**dark**	**new**	**cute**	**beautiful**	**soft**	**envy**	**miss**
狭窄	黑暗	尤新	可爱	美丽	柔软	美慕	怀念
狭い	黒い	新しい	可愛い	美しい	柔らかい	羨ましい	懐かしい
Chật hẹp	Tối	Mới	Dễ thương	Đẹp	Mềm mại	Ghen tị	Thương nhớ
Тесный	Тёмный	Новый	Милый	Красивый	Мягкий; покладистый	Завидовать	Скучать

외롭다	무섭다	섭섭하다	답답하다	부끄럽다	춥다	덥다	차갑다
alone	**scare**	**sad/sorry**	**stuffy**	**shame**	**cold**	**hot**	**cold, cool**
孤独	害怕	遗憾，依依不舍	郁闷，心慌	害羞	冷	热	冷淡
寂しい	怖い	恨めしい	退屈だ	恥ずかしい	寒い	暑い	冷たい
Cô đơn	Đáng sợ	Buồn bực	Ngột ngạt	Xấu hổ	Lạnh	Nóng	Lạnh
Одинокий	Страшный	Чувствовать досаду/ грусть; быть расстроенным/ недовольным	Досадный (вызывающий жалость; угнетающий)	Постыдный	Холодно	Жарко	Холодный
뜨겁다	맵다	싱겁다	쉽다	어렵다	복잡하다	더럽다	새롭다
hot	**hot/spicy**	**not salty enough**	**easy**	**difficult, hard**	**complicated**	**dirty**	**new**
烫，发热	辣	清淡	简单	难	复杂	脏	尤新
熱い	辛い	薄い、水っぽい	易しい	難しい	複雑だ	汚い	新しい
Nóng	Cay	Nhạt	Dễ dàng	Khó	Phức tạp	Bẩn	nhân
Горячий	Острый	Пресный	Лёгкий	Трудный, сложный	Запутанный, сложный	Грязный	Новый
싶다	눕다	돕다	잡다	입다	굽다	줍다	씹다
would like to	**lie down**	**help**	**grab**	**put on**	**bend**	**pick up**	**chew**
想要	躺	帮助	抓	穿	烤	捡	咀嚼
～たい	横になる	手伝う	つかむ	着る	焼く	拾う	噛む
Muốn	Nằm	Giúp đỡ	Bắt, nắm	Mặc	Cúi xuống, Uốn cong	Lượm nhặt	Nhai
Хотеть	Ложиться	Помогать	Держать	Одеваться	Кривой, изогнутый	Подбирать	Жевать

할아버지	할머니	아들	딸	경찰	계절	가을	겨울
grandfather	grandmother	son	daughter	policeman	season	fall	winter
爷爷	奶奶	儿子	女儿	警察	季节	秋天	冬天
お祖父さん	お祖母さん	息子	娘	警察	季節	秋	冬
Ông	Bà	Con trai	Con gái	Cảnh sát	Mùa	Mùa thu	Mùa đông
Дедушка	Бабушка	Сын	Дочь	Милиция	Сезон	Осень	Зима

오늘	내일	올해	주말	매일	늘	월	일
today	tomorrow	this year	weekend	everyday	always	month	day
今天	明天	今年	周末	每天	一直	月	日
本日、今日	明日	今年	週末	毎日	いつも	月	日
Hôm nay	Ngày mai	Năm nay	Cuối tuần	Mỗi ngày	Luôn luôn	Tháng	Ngày
Сегодня	Завтра	Этот год	Выходные дни	Каждый день	Всегда	Месяц	День

요일	월요일	화요일	수요일	목요일	금요일	토요일	일요일
day	Monday	Tuesday	Wednesday	Thursday	Friday	Saturday	Sunday
星期	星期一	星期二	星期三	星期四	星期五	星期六	星期天
曜日	月曜日	火曜日	水曜日	木曜日	金曜日	土曜日	日曜日
Thứ	Thứ hai	Thứ ba	Thứ tư	Thứ năm	Thứ sáu	Thứ bảy	Chủ nhật
День недели	Понедельник	Вторник	Среда	Четверг	Пятница	Суббота	Воскресенье

평일	생일	명절	설(구정)	공휴일	휴일	이틀	사흘
weekday	birthday	holiday	New Year's Day	public holiday	holiday	two days	three days
平日	生日	节日	新年（春节）	公休日	休息日	两天	三天
平日	誕生日	祝祭日	お正月	公休日	休日	二日	三日
Ngày thường	Sinh nhật	Ngày lễ	Ngày tết (tết âm lịch)	Ngày nghi lễ	Ngày nghi	Hai ngày	Ba ngày
Будни	День рождения	Праздник	Первый день нового года по лунному календарю	Праздничный выходной день	Выходной день	Два дня	Три дня

나흘	열흘	며칠	지하철	호텔	휴게실	미용실	이발소
four days	ten days	a few days	subway	hotel	resting room	beauty salon	barber shop
四天	十天	几天	地铁	酒店	休息室	美容室	理发所
四日	十日	数日	地下鉄	ホテル	休憩室	ヘアサロン	床屋
Bốn ngày	Mười ngày	Mấy ngày	Tàu điện ngầm	Khách sạn	Phòng nghi	Tiệm làm tóc	Tiệm cắt tóc nam
Четыре дня	Десять дней	Несколько дней	Метро	Гостиница	Комната для отдыха	Салон красоты	Мужская парикмахерская

절	시골	마을	교실	출석	결석	생물	글씨
buddhist temple	countryside	town	classroom	attendance	absence	biology	handwriting
寺庙，行礼	乡村	村庄	教室	出席	缺席	生物	字体
お寺	田舎	村	教室	出席	欠席	バイオロジー	字
Chùa	Nông thôn	Làng	Phòng học	Sự có mặt	Sự vắng mặt	Sinh vật	Chữ viết
Буддийский храм	Деревня, периферия	Поселение, посёлок	Аудитория	Присутствие	Отсутствие	Живое существо	Почерк

졸업	졸업여행	생활	거실	화장실	빨래	설거지	다림질
graduation	graduation trip	life	living room	restroom, bathroom	wash	dish-washing	ironing
毕业	毕业旅行	生活	客厅	厕所	洗衣	洗碗	熨衣服
卒業	卒業旅行	生活	リビングルーム	トイレ	洗濯物	食器洗い	アイロンをかける
Sự tốt nghiệp	Du lịch (mừng) tốt nghiệp	Sinh hoạt	Phòng khách	Phòng vệ sinh	Sự giặt giũ	Sự rửa chén	Việc ủi, là (quần áo)
Окончание учебного заведения	Путешествие по случаю окончания учебного заведения	Быт, жизнь	Гостиная	Уборная,	Стирка	Мытье посуды	Глаженье
양치질	거울	열쇠	귀걸이	달력	앨범	이불	줄
tooth brushing	mirror	key	earring	calendar	album	bedding comforter	string
刷牙	镜子	钥匙	耳坠	日历	相册	被子	绳，队
歯磨き	鏡	鍵、キー	イヤリング	カレンダー	アルバム	布団	線、ライン
Việc đánh răng	Cái gương	Chìa khoá	Bông tai	Tờ lịch	Album	Cái chăn	Sợi dây
Чистка зубов	Зеркало	Ключ	Серьги	Календарь	Альбом	Одеяло	Верёвка; полоса;
외출	출구	출입구	테이블	양말	목걸이	블라우스	얼굴
going out	exit	entrance/exit	table	socks	necklace	blouse	face
外出	出口	出入口	桌子	袜子	项链	罩衫	脸
外出	出口	出入り口	テーブル	靴下	ネックレス	ブラウス	顔
Ra ngoài	Lối ra	Lối ra vào	Bàn	Tất	Dây chuyền	Áo sơ mi nữ	Khuôn mặt
Отлучка	Выход	Место входа и выхода	Стол	Носки	Цепочка	Блузка	Лицо
입술	팔	팔꿈치	발	발목	발등	발바닥	발가락
lip	arm	elbow	foot	ankle	top side of the foot	sole of the foot	toe
嘴唇	胳膊	胳膊肘	脚	脚踝	脚背	脚掌	脚指头
唇	腕	肘	足	足首	足の甲	足の裏	足指
Môi	Cánh tay	Khuỷu tay	Bàn chân	Cổ chân	Mu bàn chân	Lòng bàn chân	Ngón chân
Губы	Рука	Локоть	Нога	Лодыжка	Верхняя часть ступни	Ступня	Палец ноги
발톱	귤	파인애플	불고기	갈비탕	칼국수	설렁탕	일식
toenail	mandarine	pineapple	beef	beef-rib soup	chopped noodles	beef and rice soup	japanese food
脚指甲	橘子	菠萝	炒牛肉	排骨汤	刀削面	牛杂碎汤	日餐
足指のつめ	みかん	パインアップル	ブルゴギ	カルビタン	きしめん	ソルロンタン	和食
Móng chân	Quả quýt	Quả thơm	Thịt bò xào	Canh sườn bò	Mì cắt	Súp bò hầm	Món ăn Nhật
Ноготь (на пальце ноги)	Мандарин	Ананас	Пулькоги	Кальбитанг	Калькуксу	Соллонтанг	Японская кухня
쌀	밀가루	꿀	술	콜라	텔레비전	터미널	출국
rice	flour	honey	liquor/alcohol	cola	television	terminal	departure
大米	面粉	蜂蜜	酒	可乐	电视	客运站	出国
米	小麦粉	蜜、はちみつ	お酒	コーラ	テレビ	ターミナル	出国
Gạo	Bột mì	Mật ong	Rượu	Cola	Ti vi	Bến xe	Sự xuất cảnh
Рис	Мука	Мёд	Водка/спиртной напиток	Кола	Телевизор	Терминал	Выезд из страны

고속전철	일방통행	수출	출장	월급	사무실	수술실	회복실
rapid electronic railway	one way	export	business trip	monthly salary	office	operating room	recovery room
高铁	单向通行	输出	出差	月薪	办公室	手术室	恢复室
高速電車	一方通行	輸出	出張	給料	事務所	手術室	回復室
Tàu điện ngầm cao tốc	Sự lưu thông một chiều	Sự xuất khẩu	Sự đi công tác	Lương tháng	Văn phòng	Phòng phẫu thuật	Phòng hồi sức
Электричка	Одностороннее движение	Экспорт	Командировка	Заработная плата	Офис	Операционная палата	Реанимационная палата
배탈	설사	열	몸살	이메일	일부	골프	달리기
stomach disorder	diarrhea	fever	general fatigue	email	part	golf	running
送货	腹泻	发烧，列	劳疾	电邮	一部	高尔夫	跑步
腹をこわす	下痢	熱	悪寒	電子メール	一部	ゴルフ	走り
Rối loạn tiêu hóa	Sự tiêu chảy	Cơn sốt	Sự mệt mỏi, suy nhược	Email	Một phần	Golf	Việc chạy
Расстройство желудка	Диарея	Температура	Системная боль и жар, вызванные простудой	Электронный ад рес	Часть, доля	Гольф	Бег
볼링	예술	미술	클래식	뮤지컬	소설	결제	대출
bowling	art	art/fine art	classic	musical	novel	payment	loan
保龄球	艺术	美术	古典音乐	歌剧	小说	结账	贷款
ボーリング	芸術	美術	クラシック	ミュージカル	小説	決済	貸し出し
Bowling	Nghệ thuật	Mĩ thuật	Cổ điển	Nhạc kịch	Tiểu thuyết	Sự thanh toán	Sự cho mượn
Боулинг	Искусство	Изобразительное искусство	Классика	Мюзикл	Роман	Расчёт, оплата	Ссуда, заём
달러	말	얼룩말	올챙이	동물	미생물	벌레	물고기
dollar	horse	zebra	tadpole	animal	microbe	insect	fish
美元	马	斑马	蝌蚪	动物	微生物	虫子	鱼
ドル	馬	シマウマ	オタマジャクシ	動物	微生物	虫	魚、さかな
Đô la (dollar)	Con ngựa	Con ngựa vằn	Con nòng nọc	Động vật	Vi sinh vật	Sâu bọ	Con cá
Доллар	Лошадь	Зебра	Головастик	Животное	Микроб	Насекомое	Рыба
굴	식물	풀	줄기	열매	하늘	날씨	열대
oyster	plant	grass	stem	fruit	sky	weather	tropics
海蛎子	植物	草	茎	果实	天空	天气	热带
カキ	植物	草	幹	実	空	天気	熱帯
Con hàu	Thực vật	Cỏ	Thân cây	Quả, trái	Bầu trời	Thời tiết	Nhiệt đới
Устрица	Растение	Трава	Стебель, ствол	Фрукт	Небо	Погода	Тропики
아열대	해일	돌	독일	이탈리아	몽골	네팔	방글라데시
subtropical zone	tsunami	stone	Germany	Italy	Mongol	Nepal	Bangladesh
亚热带	海啸	石头	德国	意大利	蒙古	尼泊尔	孟加拉国
亜熱帯	津波	石	ドイツ	イタリア	モンゴル	ネパール	バングラデシュ
Cận nhiệt đới	Sóng thần	Hòn đá	Đức	Italy	Mông cổ	Nepal	Bangladesh
Субтропический пояс	Цунами	Камень	Германия	Италия	Монголия	Непал	Бангладеш

말레이시아	브라질	칠레	서울	마닐라	달	별	색깔
Malaysia	**Brazil**	**Chile**	**Seoul**	**Manila**	**moon**	**star**	**color**
马兰西亚	巴西	智利	首尔	马尼拉	月亮	星星	颜色
マレーシア	ブラジル	チリ	ソウル	マニラ	月	星	色
Malaysia	Brazil	Chile	Seoul	Manila	Mặt trăng	Ngôi sao	Màu sắc
Малайзия	Бразилия	Чили	Сеул	Манила	Луна	Звезда	Цвет
갈색	**하늘색**	**그들**	**둘**	**일곱**	**열**	**일**	**칠**
brown	**blue**	**they**	**two**	**seven**	**ten**	**one**	**seven**
褐色	天蓝色	他们	二	七	十	一	七
茶色	スカイブルー	彼ら	二	七	十	一	七
Màu nâu	Màu xanh da trời	Họ	Số hai	Số bảy	Số mười	Số một	Số bảy
Коричневый цвет	Голубой цвет	Они	Два	Семь	Десять	Один	Семь
팔	**울음**	**슬픔**	**절망**	**절제**	**결과**	**필요**	**칼**
eight	**crying**	**grief**	**despair**	**moderation**	**result**	**necessity**	**knife**
八，胳膊	哭泣	悲伤	绝望	节制	结果	需要	刀
八	泣き	悲しみ	絶望	節制	結果	必要	ナイフ
Số tám	Sự khóc	Nỗi buồn	Sự tuyệt vọng	Sự tiết chế	Kết quả	Sự cần thiết	Cái dao
Восемь	Плач	Грусть	Безнадёжность, отчаяние	Воздержание, обуздывание	Результат	Надобность	Нож
틀리다	**슬프다**	**불쌍하다**	**힘들다**	**특별하다**	**훌륭하다**	**늘다**	**가늘다**
wrong	**sad**	**pity**	**hard**	**special**	**excellent**	**increase**	**thin**
错误	悲伤	可怜	吃力	特别	优秀	增加	纤细
間違う	悲しい	かわいそうだ	大変だ	特別だ	立派だ	増える	細い
Sai	Buồn	Đáng thương	Vất vả	Đặc biệt	Xuất sắc	Tăng lên	Mảnh mai
Неверный, неправильный	Грустный	Жалостливый, жалкий	Тяжёлый	Особый	Достойный похвалы, превосходный	Увеличиваться, возрастать	Тонкий
달다	**졸다**	**일어나다**	**들어가다**	**올라가다**	**달리다**	**날다**	**열다**
sweet	**doze**	**stand**	**enter**	**rise**	**run**	**fly**	**open**
甜	打盹儿	起床，站起	进入	上去，爬上	奔跑	飞	打开
甘い	居眠る	立つ	入る	上がる	走る	飛ぶ	開ける
Ngọt	Ngủ gật	Đứng dậy, thức dậy	Đi vào	Đi lên	Chạy	Bay	Mở
Сладкий	Дремать	Вставать	Входить	Подниматься	Бегать	Летать	Открывать
들다	**걸리다**	**필요하다**	**빌리다**	**일하다**	**만들다**	**잘하다**	**팔다**
raise	**take**	**necessary**	**borrow**	**work**	**make**	**do well**	**sell**
进入，提	花费	需要	借用	工作	制作	做得好	卖
持つ、挙げる	掛かる	必要になる	借りる	働く	作る	よくする	売る
Nâng lên	Tiêu tốn (thời gian)	Cần thiết	Mượn	Làm việc	Tạo ra	Làm tốt	Bán
Поднимать	Занимать времени	Нужный	Брать в долг, одалживать	Работать	Делать, создавать	Быть искусным	Продавать

출발하다	들르다	배달하다	벌다	살다	물다	놀라다	불다
start	stop by	deliver	make money	live	bite	surprise	blow
出发	顺路去	送货	赚取	生活	咬	吃惊	吹，刮
出発する	寄る	配達する	稼ぐ	生きる	噛む	驚く	吹く
Xuất phát	Dừng lại, ghé vào	Giao hàng	Kiếm (tiền)	Sống	Cắn	Ngạc nhiên	Thổi
Отправляться	Заходить по пути куда-нибудь	Доставить	Зарабатывать	Жить, проживать	Кусать, держать в зубах	Изумляться	Дуть, надувать
울다	어울리다	놀다	떠들다	즐기다	돌다	틀다	떨어지다
cry	fit	play	make a noise	enjoy	rotate	turn on	fall
哭	适合	玩耍	吵闹	享受	转动，运转	扭开	下降
泣く	似合う	遊ぶ	騒ぐ	楽しむ	回る	掛ける	落ちる
Khóc	Phù hợp	Chơi	Làm ồn	Tận hưởng	Xoay, quay vòng	Bật	Rơi
Плакать	Быть к лицу; прилаживаться	Играть	Шуметь	Наслаждаться	Крутиться	Открывать	Падать
설거지하다	빨래하다	얼다	거절하다	실패하다	설명하다	졸업하다	알다
wash dishes	wash clothes	freeze	deny	fail	explain	graduate	know/see
洗碗	洗衣服	上冻	拒绝	失败	说明	毕业	知道
食器洗いをする	洗濯をする	凍る	断る	失敗する	説明する	卒業する	る
Rửa chén	Giặt giũ	Đóng băng, đông cứng	Từ chối	Thất bại	Giải thích	Tốt nghiệp	Biết
Мыть посуду	Стирать	Замерзать	Отказывать	Потерпеть поражение	Объяснять	Оканчивать обучение, выпускаться	Знать

받침: ㄴ

언니	신랑	신부	친척	외삼촌	장인	남편	어린이
older sister	bridegroom	bride	relative	uncle	father-in-law	husband	kid
姐姐	新郎	新娘	亲戚	舅舅	丈人，匠人	丈夫	儿童
お姉さん	新郎	新婦	親戚	おじさん	丈人	夫	子供
Chị (em gái gọi)	Chú rể	Cô dâu	Họ hàng	Cậu	Bố vợ	Chồng	Trẻ nhỏ
Старшая сестра	Жених	Невеста	Родственники	Дядя по материнской линии	Тесть	Муж	Дитя

청소년	청년	어른	노인	선배	친구	연인	애인
youth	young adult	adult	old/senior	senior	friend	lover	lover
青少年	青年	成人	老人	前辈	朋友	情人	爱人
青少年	青年	大人	老人	先輩	友達	恋人	恋人
Thanh thiếu niên	Thanh niên	Người lớn	Người già	Tiền bối	Bạn bè	Người yêu	Người yêu
Подросток	Юноша	Взрослый человек	Пожилой (старый) человек	старший; старший по учёбе	Друг	Влюблённая парочка	Любимый человек

결혼	인생	국민	시민	주인	집주인	회원	타인
marriage	life	people	citizen	host/lord	host	member	third person
结婚	人生	国民	市民	主人	房主	会员	他人
結婚	人生	国民	市民	主人	家主	会員	他人
Sự kết hôn	Cuộc đời	Nhân dân	Dân thành thị	Chủ nhân	Chủ nhà	Hội viên	Người khác
Женитьба	Жизнь	Народ, гражданин	Горожанин; гражданин	Хозяин,	Хозяин (владелец дома)	Член, состоять в рядах какой-либо организации.	Чужой человек

은행원	회사원	변호사	간호사	운전기사	군인	운동선수	공무원
bank teller	clerk	lawyer	nurse	driver	soldier	athlete	government employee
银行员	会社员	律师	护士	司机	军人	运动选手	公务员
銀行員	会社員	弁護士	看護師	運転手	軍人	運動選手	公務員
Nhân viên ngân hàng	Nhân viên công ty	Luật sư	Y tá	Tài xế	Quân nhân	Vận động viên, cầu thủ	Công chức
Банковский служащий	Работник/служащий компании	Юрист, адвокат	Медсестра	Водитель	Солдат	Спортсмен	nhà nước

아나운서	연예인	시간	기간	현재	오전	년	분
announcer	performer	time	period	current	morning	year	minute
主持人	演艺人	时间	期间	现在	上午	年	分钟
アナウンサー	エンターテイナー	時間	期間	現在	午前	年	分
Phát thanh viên	Nghệ sĩ	Thời gian	Thời hạn	Hiện tại	Buổi sáng	Năm	Phút
Диктор	Артист	Время	Период	Настоящее время	Первая половина дня	Год	Минута

지난주	이번주	작년	내년	춘하추동	언제나	영원히	도서관
last week	this week	last year	next year	spring summer fall winter	always	forever	library
上周	这周	去年	明年	春夏秋冬	无论何时	永远	图书馆
先週	今週	昨年	来年	春夏秋冬	いつでも	永遠に	図書館
Tuần trước	Tuần này	Năm ngoái	Năm sau	Xuân hạ thu đông	Luôn luôn	Mãi mãi	Thư viện
Прошлая неделя	Эта неделя	Прошлый год	Следующий год	Четыре времени года	Всегда, в любое время	Вечно	Библиотека

대사관	체육관	미술관	기념관	운동장	공원	식물원	동물원
embassy	gym	art gallery	memorial hall	playground	park	botanical garden	zoo
大使馆	体育馆	美术馆	纪念馆	运动场	公园	植物园	动物园
大使館	体育館	美術館	記念館	運動場	公園	植物園	動物園
Đại sứ quán	Nhà thi đấu	Bảo tàng mĩ thuật	Nhà tưởng niệm	Sân vận động	Công viên	Vườn thực vật	Sở thú
Посольство	Спортзал	Музей изобразительного искусства	Мемориальный комплекс	Стадион	Парк	Ботанической сад	Зоопарк

박물관	유치원	대학원	반	선생님	사전	운동회	순서
museum	kindergarten/ preschool	graduate school	class	teacher	dictionary	sports day	order
博物馆	幼稚园	研究院	班级	老师	词典	运动会	顺序
博物館	幼稚園	大学院	組、クラス	先生	辞書	運動会	順番
Viện bảo tàng	Trường mầm non	Trường cao học	Lớp	Giáo viên	Từ điển	Đại hội thể thao	Thứ tự
Музей	Детский сад	Высшая школа	Класс	Учитель, преподаватель	Словарь	День спортивных состязаний; день спорта	Очередь

질문	시간표	전공	개근	학년	1학년	대문	정원
question	time table	major	perfect attendance	grade	first year freshman	main gate	garden
疑问	时间表	专修	全勤	学年	1年级	大门	庭院
質問	時間表	専攻	皆勤	学年	一年生	正門	庭
Câu hỏi	Thời gian biểu	Chuyên ngành	Sự chuyên cần	Năm học	Năm nhất	Cửa chính (cổng)	Vườn
Вопрос	Расписание	Специальность, специализация	Абсолютная посещаемость	Учебный год	Первокурсник	Главный вход;	Сад

계단	현관	문	천장	창문	선물	반지	편지
stairs	entrance/door	gate	ceiling	window	gift	ring	letter
阶梯	玄关	门	天棚	窗户	礼物	戒指	信
階段	玄関	ドア、門	天井	窓	ギフト	指輪	手紙
Cầu thang	Lối vào nhà	Cửa	Trần nhà	Cửa sổ	Món quà	Nhẫn	Bức thư
Лестница	Входные ворота	Дверь	Потолок	Окно	Подарок	Кольцо	Письмо

사진	신분증	연필	볼펜	수건	프라이팬	만화	자판기
photo	id card	pencil	ball point pen	towel	fry pan	cartoon	vending machine
照片	身份证	铅笔	圆珠笔	手巾	煎锅	漫画	自动售货机
写真	身分証明書	鉛筆	ボールペン	タオル	フライパン	漫画	自動販売機
Bức ảnh	Giấy tờ tùy thân	Bút chì	Bút bi	Khăn	Chảo rán	Truyện tranh	Máy bán hàng tự động
Фотография	Идентификационная карта	Карандаш	Шариковая авторучка	Полотенце; платок	Сковорода	Комикс	Автомат

잔치	산책	반바지	운동복	한복	손수건	신발	운동화
feast	walk	shorts	sportswear	Korean Traditional Clothes	handkerchief	shoes	sneakers
宴会	散步	短裤	运动服	韩服	手帕	鞋	运动鞋
宴会	散步	半ズボン	トレーニングウエア	ハンボク	ハンカチ	靴	運動靴
Bữa tiệc	Sự đi dạo	Quần lửng, quần đùi	Áo quần thể thao	Hanbok	Khăn tay	Giày dép	Giày thể thao
пир; праздник; вечёринка	Прогулка	Шорты	Спортивный костюм	Корейский национальный костюм	Носовой платок	Обувь	Кроссовки

우산	신체	눈	눈물	눈썹	혈관	호르몬	면역
umbrella	body	eye	tears	eyebrow	blood vessel	hormone	immunity
雨伞	身体	眼睛	眼泪	眼眉	血管	荷尔蒙	免疫
傘	身体	目	涙	眉毛	血管	ホルモン	免疫
Cái dù, ô	Cơ thể	Mắt	Nước mắt	Lông mày	Mạch máu (huyết quản)	Hormone	Sự miễn dịch
Зонт	Человеческое тело	Глаза	Слёзы	Брови	Кровеносный сосуд	Гормоны	Иммунитет

손	손목	손등	손바닥	손가락	손톱	지문	오른손
hand	wrist	back of the hand	palm	finger	nail	finger print	right hand
手	手腕	手背	手掌	手指	指甲	指纹	右手
手	手首	手の甲	手のひら	指	つめ	指紋	右手
Bàn tay	Cổ tay	Mu bàn tay	Lòng bàn tay	Ngón tay	Móng tay	Vân tay	Bàn tay phải
Рука, кисть	Запястье	Тыльная сторона ладони	Ладонь	Палец на руке	Ноготь (на руке)	Отпечаток пальца	Правая рука

왼손	오른발	왼발	오렌지	한식	반찬	냉면	라면
left hand	right foot	left foot	orange	Korean food	side dish	cold noodle	ramen
左手	右脚	左脚	橙子	韩食	小菜	凉面	拉面
左手	右足	左足	オレンジ	韓国料理	おかず	冷麺	ラーメン
Bàn tay trái	Bàn chân phải	Bàn chân trái	Quả cam	Món ăn Hàn	Món ăn kèm	Mì lạnh	Mì gói
Левая рука	Правая нога	Левая нога	Апельсин	Корейская кухня	Салаты к рису	Холодная лапша	Рамён

만두	자장면	샌드위치	치킨	간장	계란	가전제품	선풍기
dumpling	black bean noodle	sandwich	chicken	soy source	egg	home appliance	pan
饺子	炸酱面	三明治	炸鸡	酱油	鸡蛋	家电产品	电风扇
餃子	ジャージャーメン	サンドイッチ	チキン	しょうゆ	卵	家電製品	扇風機
Bánh há cảo	Mì tương đen	Sandwich	Gà	Xì dầu	Trứng gà	Thiết bị gia dụng	Quạt
Манты	Чжачжанг-мён	Сэндвич	Курица в кляре	Соевый соус	Яйца	Бытовая техника	Вентилятор

에어컨	휴대폰	프린터	자전거	편도	국제선	국내선	면세점
air conditioner	cell phone	printer	bicycle	one way	international airline	domestic airline	duty free shop
空调	手机	打印机	自行车	单程	国际线	国内线	免税店
エアコン	携帯	プリンター	自転車	片道	国際線	国内線	免税店
Máy lạnh (điều hòa)	Điện thoại di động	Máy in	Xe đạp	Một chiều	Tuyến quốc tế	Tuyến quốc nội	Cửa hàng miễn thuế
Кондиционер	Мобильный телефон	Принтер	Велосипед	В один конец	Международные авиалинии	Внутренние авиалинии	Магазин беспошлинной торговли

승무원	운전면허증	안전벨트	좌회전	우회전	유턴	신호등	횡단보도
crew	driver's license	seat belt	left turn	right turn	u turn	traffic lights	pedestrian crossing
乘务员	驾照	安全带	左转	右转	掉头	信号灯	人行横道
乗務員	運転免許証	シートベルト	左折	右折	ユーターン	信号	横断歩道
Tiếp viên hàng không	Bằng lái xe	Dây an toàn	Sự rẽ trái	Sự rẽ phải	Sự quay đầu (xe)	Đèn giao thông	Vạch sang đường
Бортпроводник, стюардесса	Водительские права	Ремень безопасности	Поворот налево	Поворот направо	Разворот	Светофор	Пешеходный переход

초보운전	음주운전	속도위반	신호위반	연구소	생산부	품질관리부	판매
beginner driving	**drunk driving**	**speeding**	**signal violation**	**research institute**	**production part**	**quality control part**	**sale**
新手驾车	酒驾	超速	违反信号灯	研究所	生产部	品质管理部	销售
初心運転者	醉っぱらい運転	速度違反	信号違反	研究所	生産部	品質管理	販売
Người mới lái xe	Lái xe khi say rượu	Vi phạm tốc độ	Vi phạm đèn tín hiệu (giao thông)	Viện nghiên cứu	Bộ phận sản xuất	Bộ phận quản lí chất lượng	Sự bán hàng
Стажёр (по вождению)	Вождение в нетрезвом состоянии	Превышение скорости.	Проезд на запрещающий сигнал светофора	Научно-исследовательский институт	Отдел производства	Отдел управления качеством товара	Продажа, сбыт

출근	퇴근	직원	연봉	병원	이비인후과	정신과	산부인과
going to work	**leave the office**	**employee**	**annual salary**	**hospital**	**otorhinolaryngology**	**psychiatry**	**obstetrics and gynecology**
上班	下班	职员	年薪	医院	耳鼻喉科	精神科	产妇科
出勤	退勤	職員	年給	病院	耳鼻咽喉科	精神科	産婦人科
Sự đi làm	Sự tan làm	Nhân viên	Lương hàng năm	Bệnh viện	Khoa tai mũi họng	Khoa thần kinh	Khoa sản
Идти (выход) на работу	Уход с места работы после завершения рабочего дня.	Сотрудник	Годовой оклад	Больница	Отоларингология;	Психиатрия	Акушерство и гинекология

건강검진	진단	입원	퇴원	병문안	건강	관절염	간염
medical examination	**diagnosis**	**hospitalization**	**leaving hospital**	**patient visiting**	**health**	**arthritis**	**hepatitis**
健康检查	诊断	住院	出院	探病	健康	关节炎	肝炎
健康檢診	診断	入院	退院	お見舞い	健康	関節炎	肝炎
Kiểm tra sức khỏe	Sự chuẩn đoán(khám bệnh)	Sự nhập viện	Sự xuất viện	Sự thăm bệnh	Sức khỏe	Viêm xương khớp	Viêm gan
Медицинский осмотр	Диагноз	Госпитализация	Выписка из больницы	Посещение больного	Здоровье	Артрит	Гепатит

진통제	번호	비밀번호	왼쪽	오른쪽	가운데	안	전체
pain-killer	**number**	**password**	**left**	**right**	**center**	**inside**	**whole/all**
止痛剂	号码	密码	左面	右面	中间	中间	全体
止痛薬	番号	パスワード	左	右	中	内	全体
Thuốc giảm đau	Số	Mật khẩu	Bên trái	Bên phải	Giữa	Trong	Toàn thể
Обезболивающее средство	Номер	Пароль	Левая сторона	Правая сторона	Середина, посередине	Внутреняя сторона	Весь, всё

운동	태권도	마라톤	배드민턴	등산	연습	사진	인형
workout	**taekwondo**	**marathon**	**badminton**	**mountain climbing/hiking**	**practice**	**photograph**	**doll**
运动	跆拳道	马拉松	羽毛球	登山	练习	照片	布娃娃
運動	テクォンドー	マラソン	バドミントン	登山	練習	写真	人形
Thể dục, vận động	Taekwondo	Marathon	Cầu lông	Sự leo núi	Sự luyện tập	bệnh truyền nhiễm	Búp bê
Спорт, физическая культура	Тхэквондо	Марафон	Бадминтон	Восхождение на гору, альпинизм	Тренировка, репетиция, практика	Фотография	Кукла

장난감	문화	콘서트	연극	공연	연주회	전시회	디자인
toy	**culture**	**concert**	**drama**	**concert**	**concert/recital**	**exhibition**	**design**
玩具	文化	演唱会	话剧	公演	演奏会	展示会	设计
おもちゃ	文化	コンサート	演劇	公演	演奏会	展示会	デザイン
Đồ chơi	Văn hóa	Buổi biểu diễn, nhạc hội	Vở kịch	Công diễn	Buổi hòa nhạc,buổi trình diễn	Buổi triển lãm	Thiết kế
Игрушка	Культура	Концерт	Пьеса, спектакль	Представление, выступление	Концерт с исполнением музыкального произведения.	Выставка	Дизайн

건축	문학	바이올린	은행	돈	동전	현금	환전
architecture	literature	violin	bank	money	coin	cash	money exchange
建筑	文学	小提琴	银行	钱	硬币	现金	兑换
建築	文学	バイオリン	銀行	お金	コイン	現金	両替
Kiến trúc	Văn học	Violin	Ngân hàng	Tiền	Tiền xu	Tiền mặt	Sự đổi tiền
Архитектура	Литература	Скрипка	Банк	Деньги	Монета	Наличные	Обмен валюты
환율	상환	회원가입	주문	신용카드	반품	환불	할인
money exchange rate	repayment	membership sign up	order	credit card	return	refund	bargain
汇率	偿还	加入会员	订货	信用卡	退货	退款	打折
為替レート	引き替え	会員加入	注文	クレジットカード	返品	払い戻す	割引
Tỷ giá hối đoái	Sự trả nợ	Sự gia nhập hội viên, đăng ký hội viên	Sự gọi món	Thẻ tín dụng	Sự trả hàng	Sự hoàn tiền	Sự giảm giá
Курс обмена валюты	Погашение	Зарегистрировать аккаунт	Заказ	Кредитная карта	Возврат	Возврат уплаченных денег.	Скидка
편의점	기린	원숭이	세균	진균	곤충	생선	문어
convenient store	giraffe	monkey	virus/bacteria	mycosis	insect	fish	octopus
便利店	长颈鹿	猴子	细菌	真菌	昆虫	鱼（吃的鱼）	章鱼
コンビに	キリン	猿	细菌	真菌	昆虫	魚	タコ
Cửa hàng tiện lợi	Hươu cao cổ	Con khỉ	Vi khuẩn	Bệnh nấm da	Côn trùng	Cá	Bạch tuộc
Круглосуточный магазин	Жираф	Обезьяна	Бактери, микроб	Микоз	Насекомое	Рыба	Осьминог
자연	환경	환경보호	지구온난화	산	화산	온천	지진
nature	environment	protection of environment	global warming	mountain	volcano	hot springs	earthquake
自然	环境	环境保护	地球温暖化	山	火山	温泉	地震
自然	環境	環境保護	地球温暖化	山	火山	温泉	地震
Tự nhiên	Môi trường	Bảo vệ môi trường	Hiện tượng trái đất nóng lên	Núi	Núi lửa	Suối nước nóng	Động đất
Природа	Окружающая среда	Охрана окружающей среды	Глобальное потепление	Горы	Вулкан	Горячий источник	Землетрясение
눈	안개	번개	건기	한대	온대	해변	염전
snow	fog	lightning	dry season	arctic regions	temperate zone	beach	salt field
雪，眼睛	雾气	闪电	旱季	现代	温带	海边	盐田
雪	霧	稲光	乾季	寒帯	温帯	海辺	塩田
Tuyết	Sương mù	Tia chớp	Mùa khô	Hàn đới	Ôn đới	Bãi biển	Ruộng muối
Снег	Туман	Молния	Сезон засухи	Арктический (полярный) пояс	Зона с умеренным климатом	Пляж	Солевые прииски
한국	일본	대만	필리핀	인도네시아	미얀마	인도	뉴질랜드
Korea	Japan	Taiwan	Philippines	Indonesia	Myanmar	India	New Zealand
韩国	日本	台湾	菲律宾	印度尼西亚	缅甸	印度	新西兰
韓国	日本	台湾	フイリピン	インドネシア	ミャンマー	インド	ニュージーランド
Hàn Quốc	Nhật Bản	Đài Loan	Philippines	Indonesia	Myanmar	Ấn Độ	New Zealand
Корея	Япония	Тайвань	Филиппины	Индонезия	Мьянма	Индия	Новая Зеландия

아르헨티나	스페인	호치민	프놈펜	비엔티엔	양곤	워싱턴	런던
Argentina	**Spain**	**Ho Chi Minh**	**Phnompenh**	**Vientiane**	**Yangon**	**Washington**	**London**
阿根廷	西班牙	胡志明（越南）	金边	万象，老挝的首都	仰光，缅甸的首都	华盛顿	伦敦
アルゼンチン	スペイン	ホーチミン	プノンペン	ビエンチャン	ヤンゴン	ワシントン	ロンドン
Argentina	Tây Ban Nha	Hồ Chí Minh (Sài Gòn)	Phnompenh	Viêng Chăn	Yangon	Washington	Luân Đôn
Аргентина	Испания	Хошимин	Пномпень	Вьентьян	Янгон	Вашингтон	Лондон

베를린	여권	우주선	광년	성운	전기	전자	유전자
Berlin	**passport**	**spaceship**	**light year**	**nebula**	**electricity**	**electron**	**gene**
柏林	护照	宇宙飞船	光年	星云	电气	电子，前者	遗传基因
ベルリン	パスポート	宇宙船	光年	星雲	電気	電子	遺伝子
Berlin	Hộ chiếu	Tàu vũ trụ	Năm ánh sáng	Tinh vân	Điện	Điện tử	Mã gen di truyền
Берлин	Паспорт	Космический корабль	Световой год	Галактическая туманность	Электричество	Электрон	Гены

온도	기온	수온	면적	빨간색	노란색	파란색	흰색
temperature	**air temperature**	**water temperature**	**area**	**red color**	**yellow color**	**blue color**	**white color**
温度	气温	水温	面积	红色	黄色	蓝色	白色
温度	気温	水温	面積	赤色	黄色	青色	白い色
Nhiệt độ	Nhiệt độ không khí	Nhiệt độ nước	Diện tích	Màu đỏ	Màu vàng	Màu xanh dương	Màu trắng
Температура	Температура воздуха	Температура воды	Площадь	Красный цвет	Жёлтый цвет	Синий цвет	Белый цвет

검은색	분홍색	천(1,000)	만(10,000)	백만	선	천사	관계
black color	**pink color**	**thousand**	**ten thousand**	**million**	**goodness**	**angel**	**relation**
黑色	粉红色	千	一万	百万	线，善良，相亲	天使	关系
黒色	ピンク色	千	万	百万	線、ライン	天使	関係
Màu đen	Màu hồng	Nghìn	Mười nghìn	Triệu	Đường (thẳng, cong)	Thiên thần	Mối quan hệ
Чёрный цвет	Розовый цвет	Тысяча	Десять тысяч	Миллион	Добро	Ангел	Отношения

환영	관심	칭찬	존경	인기	기분	분위기	편리
welcome	**interest**	**compliment**	**respect**	**popularity**	**mood/condition**	**mood**	**convenience**
欢迎	关心	称赞	尊敬	人气	心情	氛围	便利
歓迎	関心	称賛	尊敬	人気	気分	雰囲気	便利
Sự hoan nghênh	Sự quan tâm	Sự khen ngợi	Sự tôn kính	Độ yêu thích	Tâm trạng	Bầu không khí	Sự tiện lợi
Приветствие, приём	Интерес	Похвала	Уважение	Популярность	Настроение	Атмосфера, обстановка; среда	Удобство

불편	불안	피곤	연결	준비	언어	습관	자연보호
inconvenience	**worry/anxiety**	**tired**	**connection**	**preparation**	**language**	**custom**	**nature conservation**
不便	不安	疲劳	连接	准备	语言	习惯	自然保护
不便	不安	疲労	連結	準備	言語	習慣	自然保護
Sự bất tiện	Sự bất an	Sự mệt mỏi	Sự liên kết	Sự chuẩn bị	Ngôn ngữ	Thói quen	Bảo vệ tự nhiên
Дискомфорт	Тревога	Усталость	Соединение	Подготовка	Язык (речь)	Привычка	Охрана природы

주변	하지만	그렇지만	또한	왜냐하면	처방전	인공위성	한과
surroundings	however/but	nevertheless/ nonetheless	also	because	prescription	satellite	Korean sweets
周边	但是，然而	但，可是，却	也，同样	因为	处方笺	人造卫星	油炸蜜果
居回り	しかし	だが、しかし	また	なぜなら	処方箋	人工衛星	韓国お菓
Xung quanh	Tuy nhiên	Tuy nhiên	Hơn nữa	Bởi vì	Đơn thuốc	Vệ tinh nhân tạo	Bánh kẹo truyền thống Hàn Quốc
Окружение	Однако, но	Несмотря на, тем не менее	Также	Потому что	Предписание врача	Искусственный спутник	Корейские сладости

한옥	부산	대전	인천	간단하다	단순하다	분명하다	친하다
Korean-style house	Busan	Daejon	Incheon	simple	simple/clueless	clear	close (friend)
韩式屋子	釜山	大田	仁川	简单	简单，单纯	分明，明显	亲近
韓屋、ハノク	プサン	テジョン	インチョン	簡単だ	シンプルだ	明らかだ	親しい
Nhà truyền thống Hàn Quốc	Busan	Daejon	Incheon	Đơn giản	Đơn thuần	Rõ ràng	Thân thiết
Дом, построенный в корейском стиле	Пусан	Тэджон	Инчон	Простой, лёгкий; несложный	Простой, незамысловатый, незатейливый	Ясный, определённый	Дружить, близкий

편하다	편리하다	불편하다	친절하다	반갑다	미안하다	부지런하다	한가하다
convenient	convenient	inconvenient	kind	glad	sorry	diligent	free
舒服	便利	不便	亲切	愉快	抱歉	勤劳	闲暇
楽だ	便だ	不だ	親切だ	懐かしい	済まない	勤勉だ	暇だ
Thoải mái, tiện lợi	Tiện lợi	Bất tiện	Thân thiện	Hân hạnh, vui mừng	Xin lỗi	Siêng năng	Rảnh rỗi
Удобный, лёгкий	Комфортабельный	Неудобный	Вежливый	Радушный	Извиняться	Прилежный	Быть свободным, иметь свободное время

시원하다	선선하다	신선하다	진하다	충분하다	튼튼하다	전화하다	준비하다
cool	cool	fresh	deep/thick	sufficient	strong	call	prepare
凉爽，顺畅	凉爽	新鲜	浓厚	充分	结实	打电话	准备
凉しい	さわやかだ	新鮮だ	濃い	十分だ	丈夫だ	電話する	準備する
Mát mẻ	Mát rượi, mát lạnh	Mới mẻ, tươi mới	Đậm/dày	Đầy đủ	Chắc chắn, vững chãi	Gọi điện thoại	Chuẩn bị
Прохладный	Свежий (о чувстве лёгкого холодка).	свежий	Густой, крепкий	Достаточный	Крепкий, прочный	Звонить	Приготовлять

신다	만나다	인사하다	선택하다	결혼하다	전하다	연주하다	인정받다
put on	meet	greet	select	marry	bring/tell	play	recognized
穿（袜子，鞋）	见面	打招呼	选择	结婚	传达	演奏	被认可
履く	会う	挨拶する	選ぶ	結婚する	伝える	演奏する	認定される
Mang (giày dép)	Gặp gỡ	Chào hỏi	Lựa chọn	Kết hôn	Chuyển	Biểu diễn	Được công nhận
Обуваться	Встречаться	Приветствовать	Выбирать	Жениться, выходить замуж	Передавать	Исполнять	Получать признание

만지다	변하다	던지다	그만두다	건너다	연구하다	건설하다
touch	change	throw	stop	cross	study	build/construct
抚摸	改变	扔，投	停止，放弃	渡过，穿过	研究	建设
触る	変わる	投げる	やめる	渡る	研究する	建設する
Chạm, sờ	Biến đổi	Ném	Dừng lại, nghỉ việc	Băng qua	Nghiên cứu	Xây dựng
Трогать	Меняться	Бросать, кидать	Уволиться	Переходить	Исследовать, изучать	Строить, сооружать

이웃	닷새	낮	낫	낯	못	젓가락	숟가락
neighbor	five days	the day	sickle	face	nail	chopsticks	spoon
邻居	五天	白天	镰刀	脸, 脸面	钉子, 池塘	筷子	勺子
隣近所	五日	昼	鎌	顔	釘	箸	スプーン
Hàng xóm	Năm ngày	Ban ngày	Cái liềm	Diện mạo	Cái đinh	Đũa	Muỗng
Сосед	Пять дней	День	Серп	Лицо	nail	Палочки	Ложка

빗	빚	빛	그릇	옷걸이	옷장	칫솔	잇몸
comb	debt	light	bowl	hanger	closet	toothbrush	gum
梳子	债务	光线	碗, 器皿, 错误	衣挂	衣柜	牙刷	牙龈
くし	借金	光	器	ハンガー	箪笥	歯ブラシ	歯茎
Cái lược	Món nợ	Ánh sáng	Cái bát	Móc treo quần áo	Tủ quần áo	Bàn chải đánh răng	Chân răng (lợi)
Расчёска	Долг	Свет	Тарелка	Вешалка	Шифоньер	Зубная щётка	Десна

맛	삼겹살	초콜릿	낫다	콧물	댓글	인터넷	트럼펫
taste	pork belly	chocolate	recover	runny nose	reply	internet	trumpet
味道	五花肉	巧克力	痊愈	鼻涕	跟帖	网络	小号
味	サムギョプサル	チョコレート	直る、よい	鼻水	リプライ	インターネット	トランペット
Vị	Thịt ba chỉ	Sô cô la	Tốt hơn	Nước mũi	Bình luận	Internet	Kèn trumpet
Вкус	Самгёпсаль	Шоколад	Лучший	Сопли	Комментарии	Интернет	Труба(музыкальная)

인터넷뱅킹	슈퍼마켓	꽃	꽃다발	밭	햇빛	숫자	빨갛다
internet banking	supermarket	flower	a bunch of flowers	field	sunlight	number	red
网上金融	超市	花	花束	天地	阳光	数字	深红, 通红
インターネットバンキング	スーパーマーケット	花	花畑	畑	日の光	数字	赤い
Ngân hàng điện tử	Siêu thị	Hoa	Bó hoa	Cánh đồng	Ánh sáng mặt trời	Chữ số	Đỏ
Интернет-банкинг	Супермаркет	Цветы	Букет цветов	Поле	Солнечные лучи	Цифра	Красный

노랗다	파랗다	하얗다	까맣다	셋	넷	다섯	여섯
yellow	blue	white	black	three	four	five	six
黄灿灿的	湛蓝, 鲜绿	雪白	漆黑	三	四	五	六
黄色い	青い	白い	黒い	三	四、四	五	六
Vàng	Xanh dương	Trắng	Đen	Số ba	Số bốn	Số năm	Số sáu
Жёлтый	Синий	Белый	Чёрный	Три	Четыре	Пять	Шесть

뜻	멋	웃음	윷놀이	거짓말	재미있다	낮다	같다
meaning	stylish	smile	game of yut	lie	funny/interesting	low	the same/equal
意思	姿态, 风度	笑容	掷柶游戏	谎话	有趣	低矮	一样, 相同
意味	しゃれ	笑い	ユンノリ	嘘	面白い	低い	同じ
Ý nghĩa	Vẻ hấp dẫn	Nụ cười	Trò chơi Yut	Lời nói dối	Thú vị	Thấp	Giống
Значение	Привлекательность; элегантность; вкус	Смех	Игра «Ют»	Ложь	Интересный	Низкий	Схожий, одинаковый

얕다	굳다	못하다	따뜻하다	깨끗하다	못생기다	알맞다	걷다
shallow	harden	cannot/unable to	warm	clean	ugly	fit	walk
浅，低	变硬，坚固	不能，无法	温暖，暖和	干净	丑，难看	合适，符合	走
浅い	固い	できない	暖かい	きれい	醜い	適当だ	歩く
Cạn	Cứng	Không thể	Ấm áp	Sạch sẽ	Xấu xí	Phù hợp	Đi bộ
Неглубокий	Затвердевать, твёрдый	Не мочь, не уметь	Тёплый	Чистый	Некрасивый; неприятный; уродливый	Подходящий; соответствующий	Идти пешком
닫다	벗다	씻다	젖다	끝나다	받다	넣다	놓다
close	take off	clean	wet	finish	accept	put in	put
关闭	脱去	洗，洗涤	湿，沉浸	接受	得到，接受	放进	松开，放下
閉める	脱ぐ	洗う	ぬれる	終わる	受ける	入れる	置く
Đóng	Cởi	Rửa	Ướt	Kết thúc	Nhận	Bỏ vào	Đặt, để
Закрывать	Снимать	clean	wet	Завершаться	Принимать, получать	Вложить	Класть
쌓다	맞추다	잊다	찾다	웃다	싣다	듣다	묻다
accumulate/pile up	fit	forget	find/seek	laugh	load	hear/listen	ask
堆积	停止	忘记	寻找	笑	穿（鞋，袜子）	听	问，埋
積む	合わせる	忘れる	探す	笑う	のせる	聞く	問う
Chồng chất	Làm cho khớp	Quên	Tìm kiếm	Cười	Chất lên	Nghe	Hỏi
Складывать; возводить	Проноравливат; подстраивать; угадывать	Забывать	Искать; находить	Смеяться	Грузить	Слышать	Спрашивать
맺다	낳다	낫다	붙다				
bear (fruits)	bring/bear	better	glue/attach				
结	生	痊愈	贴，合格				
結ぶ	生む	勝る	付く				
Kết trái/thiết lập	Sinh	Gắn	dính lại				
Образовываться	Приносить; рожать	Поправляться	Клеить; прикреплять				

받침: 겹받침

값	몫	여덟	늙다	많다	없다	재미없다	넓다
cost	**share/portion**	**eight**	**be old**	**many**	**there is none**	**boring**	**broad/huge**
价钱	份额，份儿	八	老	多	没有	无趣	广阔
値、値段	分け前	八	年取る	多い	ない	面白くない	広い
Giá cả	Phần	Số tám	Già	Nhiều	Không có	Không thú vị	Rộng
Цена	Доля, роль	Восемь	Стареть	Много	Не быть, не иметься	Неинтересный	broad/huge
밝다	**굵다**	**얇다**	**귀찮다**	**맑다**	**짧다**	**편찮다**	**앉다**
bright	**thick**	**thin**	**bothering/ annoying**	**clear**	**short**	**sick**	**sit down**
明亮	粗大	薄	麻烦	清澈	短	不舒服	坐
明るい	太い	細い	厄介だ	清い	短い	楽でない	る
Sáng	Thô, dày dặn	Mỏng	Phiền phức	Trong trẻo	Ngắn	Ốm, không khỏe	Ngồi
Светлый	Толстый	Тонкий	Надоевший; надоедливый	Прозрачный	Короткий	Болеть	Садиться
잃다	**끊다**	**젊다**	**닮다**	**밟다**	**닭**	**흙**	**붉다**
lose	**cut**	**young**	**resemble**	**step on**	**chicken**	**soil**	**red**
丢失	切断	年轻	像，相似	踩踏	鸡	泥土	红的
失う	切る	若い	似合う	踏む	鶏	土	赤い
Mất	Ngắt, cắt đứt	Trẻ	Giống	Dẫm đạp	Gà	Đất	Đỏ thẫm
Терять	Резать	Молодой	Быть похожим друг на друга	Наступать	Курица	Почва, земля,	Красный

가족이	가족을	이웃에게	직업은	시간이	일요일	월요일	목요일
family	family	neighbor	job	time	Sunday	Monday	Thursday
家族	家族	给邻居	职业	时间	星期天	星期一	星期四
家族が	家族を	隣近所に	職業は	時間が	日曜日	月曜日	木曜日
Gia đình	Gia đình	Hàng xóm	Công việc, nghề nghiệp	Thời gian	Chủ nhật	Thứ hai	Thứ năm
Семья	Семью	Соседу	Работа	Время	Воскресенье	Понедельник	Четверг

금요일에	교수님이	잠을	신발을	눈이	수박을	음식은	쌀을
Friday	professor	sleep	shoes	snow/eye	watermelon	food	rice
在星期五	教授	睡眠	鞋子	眼睛/雪	西瓜	食物	大米
金曜日に	教授が	睡眠を	靴を	雪が、目が	すいかを	食べ物は	米を
Thứ sáu	Giáo sư	Giấc ngủ	Giày	Tuyết/ mắt	Dưa hấu	Thức ăn	Gạo
В пятницу	Профессор	Сон	Обувь	Снег; глаза	Арбуз	Еда	рис

술을	휴대폰을	신호위반을	직원이	응급실에	암에	부작용	댓글을
alcohol/liquor	cellphone	violation	employee	emergency	cancer	side effect	reply
酒	手机	违法信号灯	职员	在急诊室	对于癌症	副作用	跟帖
お酒を	携帯を	信号違反を	職員が	応急室へ	癌に	副作用	リプライを
Rượu	Điện thoại di động	Vi phạm đèn tín hiệu	Nhân viên	Phòng cấp cứu	Ung thư	Tác dụng phụ	Bình luận
Водку	Мобильный телефон	Нарушение сигнала	Сотрудник	В реанимации	**в раке	Побочный действие	Комментарии

밖으로	옆에	앞에	연습을	음악을	트럼펫을	값이	닭이
outside	beside	front	practice	music	trumpet	cost	chicken
往出	在旁边	在前面	练习	音乐	小号	价格	鸡
外へ	横へ	前へ	練習を	音楽を	トランペットを	値が	鶏が
Bên ngoài	Bên cạnh	Phía trước	Luyện tập	Âm nhạc	Kèn trumpet	Chi phí	Gà
На улицу	В сторону	Спереди, впереди	Практику;тренировку; репетицию	Музыку	Трубу	Цена	Курица

세균이	생선을	꽃이	유럽에	베트남에서	서울에서	별이	면적이
virus	fish	flower	in Europe	in Vietnam	in Seoul	star	area
细菌	鱼（食用）	花	在澳洲	从越南/在越南	从首尔/在首尔	星星	面积
细菌が	魚を	花が	ヨーロッパへ	ベトナムで	ソウルで	星が	面積が
Vi khuẩn	Cá	Hoa	Ở châu Âu	Ở Việt Nam	Ở Seoul	Ngôi sao	Diện tích
Вирус	Рыбу	Цветы	В Европе	во Вьетнаме	в Сеуле	Звезда	area

검은색을	그들은	믿음이	재미없어요	높아요	낮아요	읽어요	앉아요
black color	they	faith	boring	high	low	read	sit down
黑色	他们	信任，信赖	无趣	高大	矮小	读	坐下
黑色を	彼らは	信頼が	面白くないです	遊びます	低いです	読みます	座ります
Màu đen	Bọn họ	Niềm tin	Không thú vị	Cao	Thấp	Đọc	Ngồi
Чёрный цвет	Они	Вера	Неинтерсный, неинтересно	Высоко	Низко	***Читаю	Садитесь

없어요	일어나다	넘어지다	볶음밥	떡볶이
there is none	stand up/get up	fall down	mixed rice	tteok-bokki
没有	起床，起来	摔倒	炒饭	炒年糕
ありません/ないです	立つ	転ぶ	チャーハン	トッポッキ
Không có	Thức dậy, đứng dậy	Ngã, té xuống	Cơm chiên	Bánh gạo cay
***Не иметь	Вставать	Падать	Жаренный рис	Ттокпокки

2

시제

___

동사 & 형용사

동사, 형용사 시제(현재, 과거, 미래)

기본형		현재	과거	미래
먹다	**eat**	먹습니다	먹었습니다	먹을 것입니다
	吃			
	食べる			
	ăn	먹습니까	먹었습니까	먹을 것입니까
	Есть			
적다	**a little**	적습니다	적었습니다	적을 것입니다
	渺小			
	書く			
	ít	적습니까	적었습니까	적을 것입니까
	Немногочисленный, мало			
작다	**small**	작습니다	작았습니다	작을 것입니다
	渺小			
	小さい			
	nhỏ	작습니까	작았습니까	작을 것입니까
	Маленький			
씻다	**clean**	씻습니다	씻었습니다	씻을 것입니다
	洗，洗刷			
	洗う			
	rửa	씻습니까	씻었습니까	씻을 것입니까
	Мыть(ся)			
웃다	**laugh**	웃습니다	웃었습니다	웃을 것입니다
	笑			
	笑う			
	cười	웃습니까	웃었습니까	웃을 것입니까
	Смеяться			
찾다	**seek, find**	찾습니다	찾았습니다	찾을 것입니다
	寻找			
	探す			
	tìm kiếm	찾습니까	찾았습니까	찾을 것입니까
	Искать, находить			
늦다	**late**	늦습니다	늦었습니다	늦을 것입니다
	迟到，晚			
	遅い			
	muộn	늦습니까	늦었습니까	늦을 것입니까
	Опаздывать			
놓다	**put down**	놓습니다	놓았습니다	놓을 것입니다
	放下，放弃			
	置く			
	đặt, để	놓습니까	놓았습니까	놓을 것입니까
	Поставить, ставить на			
신다	**put on**	신습니다	신었습니다	신을 것입니다
	穿(鞋，袜子)			
	履く			
	mang (giày dép, tất)	신습니까	신었습니까	신을 것입니까
	Обуваться			

기본형		현재	과거	미래
읽다	**read** 读，看 読む đọc Читать	읽습니다 읽습니까	읽었습니다 읽었습니까	읽을 것입니다 읽을 것입니까
앉다	**sit down** 坐 座る ngồi xuống Садиться	앉습니다 앉습니까	앉았습니다 앉았습니까	앉을 것입니다 앉을 것입니까
잃다	**lose** 丢失 忘れる mất Терять	잃습니다 잃습니까	잃었습니다 잃었습니까	잃을 것입니다 잃을 것입니까
많다	**many** 多 多い nhiều Много	많습니다 많습니까	많았습니다 많았습니까	많을 것입니다 많을 것입니까
뛰다	**run** 跑，跳 走る、ジャンプする chạy Бегать	뜁니다 뜁니까	뛰었습니다 뛰었습니까	뛸 것입니다 뛸 것입니까
쉬다	**rest** 休息 休む nghi ngơi Отдыхать	쉽니다 쉽니까	쉬었습니다 쉬었습니까	쉴 것입니다 쉴 것입니까
되다	**become** 成为，变成 なる trở thành Становиться	됩니다 됩니까	되었습니다/됐습니다 되었습니까/됐습니까	될 것입니다 될 것입니까
같다	**same** 相同，一样 同じだ giống Схожий, одинаковый	같습니다 같습니까	같았습니다 같았습니까	같을 것입니다 같을 것입니까
있다	**be/ exist** 有 ある／いる có, ở Быть, есть, существовать	있습니다 있습니까	있었습니다 있었습니까	있을 것입니다 있을 것입니까

기본형		현재	과거	미래
재미있다	**interesting**	재미있습니다	재미있었습니다	재미있을 것입니다
	有趣			
	おもしろい			
	thú vị	재미있습니까	재미있었습니까	재미있을 것입니까
	Интересный			
맛있다	**delicious**	맛있습니다	맛있었습니다	맛있을 것입니다
	好吃			
	おいしい			
	ngon	맛있습니까	맛있었습니까	맛있을 것입니까
	Вкусный			
없다	**not exist**	없습니다	없었습니다	없을 것입니다
	没有			
	ありません／ない			
	không có	없습니까	없었습니까	없을 것입니까
	Не быть, не иметь			
들다	**lift up**	듭니다	들었습니다	들 것입니다
	提, 吃			
	持つ, あげる			
	xách	듭니까	들었습니까	들 것입니까
	Поднимать			
열다	**open**	엽니다	열었습니다	열 것입니다
	打开			
	開ける			
	mở	엽니까	열었습니까	열 것입니까
	Открывать			
울다	**cry**	웁니다	울었습니다	울 것입니다
	哭			
	泣く			
	khóc	웁니까	울었습니까	울 것입니까
	Плакать			
만들다	**make**	만듭니다	만들었습니다	만들 것입니다
	制作			
	作る			
	làm	만듭니까	만들었습니까	만들 것입니까
	Делать, создавать			
팔다	**sell**	팝니다	팔았습니다	팔 것입니다
	卖			
	売る			
	bán	팝니까	팔았습니까	팔 것입니까
	Продавать			
놀다	**play**	놉니다	놀았습니다	놀 것입니다
	玩			
	遊ぶ			
	chơi đùa	놉니까	놀았습니까	놀 것입니까
	Играть			

기본형		현재	과거	미래
알다	**know** 知道 知る biết Знать	압니다 압니까	알았습니다 알았습니까	알 것입니다 알 것입니까
살다	**live** 生活 住む、暮す sống Жить ,проживать	삽니다 삽니까	살았습니다 살았습니까	살 것입니다 살 것입니까
날다	**fly** 飞 飛ぶ bay Летать	납니다 납니까	날았습니다 날았습니까	날 것입니다 날 것입니까
가다	**go** 去，前往（某处） 行く đi Идти	갑니다 갑니까	갔습니다 갔습니까	갈 것입니다 갈 것입니까
타다	**ride** 乘坐，着火, 晒黑 乗る cưỡi, lên xe Ехать; Садиться на что-либо	탑니다 탑니까	탔습니다 탔습니까	탈 것입니다 탈 것입니까
자다	**sleep** 睡觉 寝る ngủ Спать	잡니다 잡니까	잤습니다 잤습니까	잘 것입니다 잘 것입니까
사다	**buy** 买 買う mua Покупать	삽니다 삽니까	샀습니다 샀습니까	살 것입니다 살 것입니까
싸다	**cheap** 便宜 安い rẻ Дешёвый	쌉니다 쌉니까	쌌습니다 쌌습니까	쌀 것입니다 쌀 것입니까
비싸다	**expensive** 贵 高い đắt Дорогой	비쌉니다 비쌉니까	비쌌습니다 비쌌습니까	비쌀 것입니다 비쌀 것입니까

기본형			현재	과거	미래
만나다	**meet**		만납니다	만났습니다	만날 것입니다
	遇见，见面				
	会う				
	gặp gỡ		만납니까	만났습니까	만날 것입니까
	Встречаться				
끝나다	**finish**		끝납니다	끝났습니다	끝날 것입니다
	完成，结束				
	終わる				
	kết thúc		끝납니까	끝났습니까	끝날 것입니까
	Заканчивать				
놀라다	**surprised**		놀랍니다	놀랐습니다	놀랄 것입니다
	惊讶				
	驚く				
	bất ngờ		놀랍니까	놀랐습니까	놀랄 것입니까
	Изумляться				
일어나다	**wake up**		일어납니다	일어났습니다	일어날 것입니다
	起床，起身				
	起きる				
	tỉnh dậy		일어납니까	일어났습니까	일어날 것입니까
	Вставать				
서다	**stand**		섭니다	섰습니다	설 것입니다
	站立				
	立つ				
	đứng		섭니까	섰습니까	설 것입니까
	Вставать,стоять				
켜다	**turn on**		켭니다	켰습니다	켤 것입니다
	打开				
	つける				
	bật lên		켭니까	켰습니까	켤 것입니까
	Включать				
오다	**come**		옵니다	왔습니다	올 것입니다
	来				
	来る				
	đến		옵니까	왔습니까	올 것입니까
	Приходить				
보다	**see, watch**		봅니다	보았습니다/봤습니다	볼 것입니다
	看，读				
	見る				
	nhìn, xem		봅니까	보았습니까/봤습니까	볼 것입니까
	Видеть, смотреть				
배우다	**learn**		배웁니다	배웠습니다	배울 것입니다
	学习				
	学ぶ				
	học		배웁니까	배웠습니까	배울 것입니까
	Изучать				

기본형		현재	과거	미래
지우다	**erase** / 擦掉 / 消す / tẩy xóa / Стирать, стереть	지웁니다 지웁니까	지웠습니다 지웠습니까	지울 것입니다 지울 것입니까
주다	**give** / 给 / あげる / cho, tặng / Давать	줍니다 줍니까	주었습니다/줬습니다 주었습니까/줬습니까	줄 것입니다 줄 것입니까
바꾸다	**change/exchange** / 换 / 変える / thay đổi / Менять, обменивать	바꿉니다 바꿉니까	바꾸었습니다/바꿨습니다 바꿨습니까	바꿀 것입니다 바꿀 것입니까
다니다	**go** / 上，去，来往 / 通う / đi lại, theo học, đi làm / Ходить, посещать	다닙니다 다닙니까	다녔습니다 다녔습니까	다닐 것입니다 다닐 것입니까
마시다	**drink** / 喝 / 飲む / uống / Пить	마십니다 마십니까	마셨습니다 마셨습니까	마실 것입니다 마실 것입니까
내리다	**take off** / 下，降 / 降りる / xuống / Спускать(ся)	내립니다 내립니까	내렸습니다 내렸습니까	내릴 것입니다 내릴 것입니까
그리다	**draw** / 怀念，画 / 描く / vẽ / Рисовать	그립니다 그립니까	그렸습니다 그렸습니까	그릴 것입니다 그릴 것입니까
기다리다	**wait** / 等待 / 待つ / chờ đợi / Ждать	기다립니다 기다립니까	기다렸습니다 기다렸습니까	기다릴 것입니다 기다릴 것입니까
버리다	**throw away** / 扔掉 / すてる / bỏ, vứt đi / Бросать	버립니다 버립니까	버렸습니다 버렸습니까	버릴 것입니다 버릴 것입니까

기본형		현재	과거	미래
던지다	**throw** 投，抛 投げる ném Бросать, кидать	던집니다 던집니까	던졌습니다 던졌습니까	던질 것입니다 던질 것입니까
고치다	**fix** 修理 直す sửa chữa Ремонтировать	고칩니다 고칩니까	고쳤습니다 고쳤습니까	고칠 것입니다 고칠 것입니까
가르치다	**teach** 教导 教える dạy dỗ Учить, обучать	가르칩니다 가르칩니까	가르쳤습니다 가르쳤습니까	가르칠 것입니다 가르칠 것입니까
내다	**give, pay** 拿出，发送 出す trà Оплачивать, платить	냅니다 냅니까	내었습니다/냈습니다 내었습니까/냈습니까	낼 것입니다 낼 것입니까
보내다	**send** 发送，派遣 送る gửi Отправлять	보냅니다 보냅니까	보내었습니다/보냈습니다 보내었습니까/보냈습니까	보낼 것입니다 보낼 것입니까
식사하다	**have a meal** 用餐 食事する dùng bữa Есть, принимать пищу	식사합니다 식사합니까	식사했습니다 식사했습니까	식사할 것입니다 식사할 것입니까
요리하다	**cook** 做料理 料理する nấu nướng Готовить	요리합니다 요리합니까	요리했습니다 요리했습니까	요리할 것입니다 요리할 것입니까
공부하다	**study** 学习 勉強する học Учиться, заниматься	공부합니다 공부합니까	공부했습니다 공부했습니까	공부할 것입니다 공부할 것입니까
숙제하다	**do homework** 做作业 宿題をする làm bài tập về nhà Делать домашнее задание	숙제합니다 숙제합니까	숙제했습니다 숙제했습니까	숙제할 것입니다 숙제할 것입니까

기본형		현재	과거	미래
이해하다	**understand**	이해합니다	이해했습니다	이해할 것입니다
	理解			
	理解する			
	hiểu	이해합니까	이해했습니까	이해할 것입니까
	Понимать			
말하다	**say, tell**	말합니다	말했습니다	말할 것입니다
	说，告知			
	言う			
	nói	말합니까	말했습니까	말할 것입니까
	Сказать, говорить			
이야기하다	**tell, speak**	이야기합니다	이야기했습니다	이야기할 것입니다
	聊天，论述			
	話す			
	nói chuyện	이야기합니까	이야기했습니까	이야기할 것입니까
	Рассказывать, беседовать, разговаривать			
잘하다	**do well**	잘합니다	잘했습니다	잘할 것입니다
	做得好			
	よくする			
	làm giỏi	잘합니까	잘했습니까	잘할 것입니까
	Быть искусным			
일하다	**work**	일합니다	일했습니다	일할 것입니다
	工作			
	働く			
	làm việc	일합니까	일했습니까	일할 것입니까
	Работать			
준비하다	**prepare**	준비합니다	준비했습니다	준비할 것입니다
	准备			
	準備する、備える			
	chuẩn bị	준비합니까	준비했습니까	준비할 것입니까
	Приготовлять			
전화하다	**call**	전화합니다	전화했습니다	전화할 것입니다
	打电话			
	電話する			
	gọi điện	전화합니까	전화했습니까	전화할 것입니까
	Звонить			
소개하다	**introduce**	소개합니다	소개했습니다	소개할 것입니다
	介绍			
	紹介する			
	giới thiệu	소개합니까	소개했습니까	소개할 것입니까
	Знакомиться			
용서하다	**forgive**	용서합니다	용서했습니다	용서할 것입니다
	宽恕			
	許す			
	tha thứ	용서합니까	용서했습니까	용서할 것입니까
	Прощать			

기본형		현재	과거	미래
감사하다	thank/appreciate	감사합니다	감사했습니다	감사할 것입니다
	感谢			
	感謝する			
	biết ơn, cảm ơn	감사합니까	감사했습니까	감사할 것입니까
	Благодарить			
노래하다	sing	노래합니다	노래했습니다	노래할 것입니다
	唱歌			
	歌う			
	hát	노래합니까	노래했습니까	노래할 것입니까
	Петь			
연주하다	play music	연주합니다	연주했습니다	연주할 것입니다
	演奏			
	演奏する			
	biểu diễn (nhạc cụ)	연주합니까	연주했습니까	연주할 것입니까
	Исполнять			
축하하다	congratulate	축하합니다	축하했습니다	축하할 것입니다
	祝賀			
	お祝いする			
	chúc mừng	축하합니까	축하했습니까	축하할 것입니까
	Поздравлять			
이사하다	move	이사합니다	이사했습니다	이사할 것입니다
	搬家			
	引っ越しする			
	chuyển nhà	이사합니까	이사했습니까	이사할 것입니까
	Переезжать			
청소하다	clean	청소합니다	청소했습니다	청소할 것입니다
	清扫			
	掃除する			
	dọn dẹp	청소합니까	청소했습니까	청소할 것입니까
	Убирать, наводить чистоту			
사용하다	use	사용합니다	사용했습니다	사용할 것입니다
	使用			
	使う			
	sử dụng	사용합니까	사용했습니까	사용할 것입니까
	Использовать			
출발하다	start/depart	출발합니다	출발했습니다	출발할 것입니다
	出发			
	出発する			
	xuất phát	출발합니까	출발했습니까	출발할 것입니까
	Отправляться			
운동하다	exercise work out	운동합니다	운동했습니다	운동할 것입니다
	运动			
	運動する			
	tập thể dục, vận động	운동합니까	운동했습니까	운동할 것입니까
	упражнение			

기본형		현재	과거	미래
설명하다	**explain**	설명합니다	설명했습니다	설명할 것입니다
	说明			
	説明する			
	giải thích	설명합니까	설명했습니까	설명할 것입니까
	Объяснять			
성공하다	**succeed**	성공합니다	성공했습니다	성공할 것입니다
	成功			
	成功する			
	thành công	성공합니까	성공했습니까	성공할 것입니까
	Добиваться успеха			
생각하다	**think**	생각합니다	생각했습니다	생각할 것입니다
	思考			
	思う、考える			
	suy nghĩ	생각합니까	생각했습니까	생각할 것입니까
	Думать			
기억하다	**memorize**	기억합니다	기억했습니다	기억할 것입니다
	记住			
	記憶する			
	ghi nhớ	기억합니까	기억했습니까	기억할 것입니까
	Помнить, вспоминать			
시작하다	**start**	시작합니다	시작했습니다	시작할 것입니다
	开始			
	始める			
	bắt đầu	시작합니까	시작했습니까	시작할 것입니까
	Начинать			
약속하다	**promise**	약속합니다	약속했습니다	약속할 것입니다
	约定			
	約束する			
	hứa hẹn	약속합니까	약속했습니까	약속할 것입니까
	Обещать			
도착하다	**arrive**	도착합니다	도착했습니다	도착할 것입니다
	到达			
	着く、到着する			
	đến nơi	도착합니까	도착했습니까	도착할 것입니까
	Прибывать			
졸업하다	**graduate**	졸업합니다	졸업했습니다	졸업할 것입니다
	毕业			
	卒業する			
	tốt nghiệp	졸업합니까	졸업했습니까	졸업할 것입니까
	выпускной			
연습하다	**practice, exercise drill**	연습합니다	연습했습니다	연습할 것입니다
	练习			
	練習する			
	luyện tập	연습합니까	연습했습니까	연습할 것입니까
	Практика			

기본형		현재	과거	미래
못하다	**fail to do**	못합니다	못했습니다	못할 것입니다
	不能			
	できない			
	dở, tệ	못합니까	못했습니까	못할 것입니까
	Не мочь, не уметь			
쓰다	**write**	씁니다	썼습니다	쓸 것입니다
	写			
	書く			
	viết	씁니까	썼습니까	쓸 것입니까
	Писать			
기쁘다	**glad, happy**	기쁩니다	기뻤습니다	기쁠 것입니다
	快乐			
	嬉しい			
	vui mừng	기쁩니까	기뻤습니까	기쁠 것입니까
	Радоваться			
예쁘다	**beautiful**	예쁩니다	예뻤습니다	예쁠 것입니다
	漂亮			
	綺麗だ			
	xinh đẹp	예쁩니까	예뻤습니까	예쁠 것입니까
	Красивый, миловидный			
슬프다	**sad**	슬픕니다	슬펐습니다	슬플 것입니다
	悲伤			
	悲しい			
	buồn bã	슬픕니까	슬펐습니까	슬플 것입니까
	Грустный			
크다	**big/tall**	큽니다	컸습니다	클 것입니다
	大			
	大きい			
	to lớn	큽니까	컸습니까	클 것입니까
	Большой; высокий			
바쁘다	**busy**	바쁩니다	바빴습니다	바쁠 것입니다
	忙			
	忙しい			
	bận rộn	바쁩니까	바빴습니까	바쁠 것입니까
	Быть занятым, занятый			
아프다	**sick**	아픕니다	아팠습니다	아플 것입니다
	疼痛，生病			
	痛い			
	đau ốm	아픕니까	아팠습니까	아플 것입니까
	Болеть			
끄다	**turn off**	끕니다	껐습니다	끌 것입니다
	关闭			
	消す、止める			
	tắt đi	끕니까	껐습니까	끌 것입니까
	Выключить			

기본형		현재	과거	미래
모르다	**don't know**	모릅니다	몰랐습니다	모를 것입니다
	不知道			
	知らない、わからない			
	không biết	모릅니까	몰랐습니까	모를 것입니까
	Не знать			
빠르다	**fast**	빠릅니다	빨랐습니다	빠를 것입니다
	快			
	速い			
	nhanh chóng	빠릅니까	빨랐습니까	빠를 것입니까
	Быстрый			
다르다	**different**	다릅니다	달랐습니다	다를 것입니다
	不同			
	異なる			
	khác biệt	다릅니까	달랐습니까	다를 것입니까
	Разный, различный			
돕다	**help**	돕습니다	도왔습니다	도울 것입니다
	帮助			
	助ける			
	giúp đỡ	돕습니까	도왔습니까	도울 것입니까
	Помогать			
눕다	**lie down**	눕습니다	누웠습니다	누울 것입니다
	躺下			
	横になる			
	nằm xuống	눕습니까	누웠습니까	누울 것입니까
	Ложиться			
쉽다	**easy**	쉽습니다	쉬웠습니다	쉬울 것입니다
	简单			
	易い			
	dễ dàng	쉽습니까	쉬웠습니까	쉬울 것입니까
	Легкий			
어렵다	**difficult**	어렵습니다	어려웠습니다	어려울 것입니다
	难			
	難しい			
	khó khăn	어렵습니까	어려웠습니까	어려울 것입니까
	Трудный, сложный			
* 잡다	**grasp**	잡습니다	잡았습니다	잡을 것입니다
	抓住			
	つかむ、とる			
	nắm, bắt lấy	잡습니까	잡았습니까	잡을 것입니까
	Держать			
* 입다	**put on**	입습니다	입었습니다	입을 것입니다
	穿，遭受			
	着る			
	mặc vào	입습니까	입었습니까	입을 것입니까
	Одеваться			

기본형		현재	과거	미래
걷다	**walk**	걷습니다	걸었습니다	걸을 것입니다
	走，收取			
	歩く			
	đi bộ	걷습니까	걸었습니까	걸을 것입니까
	Идти пешком			
듣다	**hear, listen**	듣습니다	들었습니다	들을 것입니다
	听			
	聞く			
	lắng nghe	듣습니까	들었습니까	들을 것입니까
	Слышать			
묻다	**ask**	묻습니다	물었습니다	물을 것입니다
	问，埋			
	問う，尋ねる			
	hỏi	묻습니까	물었습니까	물을 것입니까
	Спрашивать			
* 받다	**take**	받습니다	받았습니다	받을 것입니다
	得到，接受			
	もらう，受ける			
	nhận	받습니까	받았습니까	받을 것입니까
	Получать			
* 닫다	**close**	닫습니다	닫았습니다	닫을 것입니다
	关，结束			
	閉める			
	đóng	닫습니까	닫았습니까	닫을 것입니까
	Закрывать			

3

조사

—

은/는, 이/가,
을/를, 와/과,
나/이나

조사: 은/는, 이/가, 을/를, 와/과, 나/이나

조사		주어		목적어	and	or
		은/는	이/가	을/를	와/과	나/이나
저	I 我 私 Tôi Я	저는	제가	저를	저와	저나
당신	you 你 あなた Bạn Ты	당신은	당신이	당신을	당신과	당신이나
그	he 他 彼 Anh ấy Он	그는	그가	그를	그와	그나
그녀	she 她 彼女 Cô ấy Она	그녀는	그녀가	그녀를	그녀와	그녀나
우리	we 我们 私たち Chúng tôi Мы	우리는	우리가	우리를	우리와	우리나
당신들	you 你们 あなたたち Các bạn Вы	당신들은	당신들이	당신들을	당신과	당신이나
그들	they 他们 彼ら Họ Они	그들은	그들이	그들을	그들과	그들이나
이것	it 这个 これ Cái này Это	이것은	이것이	이것을	이것과	이것이나
저것	that 那个 あれ Cái kia Вон то	저것은	저것이	저것을	저것과	저것이나

조사		주어		목적어	and	or
		은/는	이/가	을/를	와/과	나/이나
여기	**here** 这里 ここ Ở đây Здесь	여기는	여기가	여기를	여기와	여기나
저기	**there** 那里 あそこ Đằng kia Вон там	저기는	저기가	저기를	저기와	저기나
빵	**bread** 面包 パン Bánh mì Хлеб	빵은	빵이	빵을	빵과	빵이나
사과	**apple** 苹果 りんご Quả táo Яблоко	사과는	사과가	사과를	사과와	사과나
커피	**coffee** 咖啡 コーヒー Cà phê Кофе	커피는	커피가	커피를	커피와	커피나
꽃	**flower** 花 花 Hoa Цветок	꽃은	꽃이	꽃을	꽃과	꽃이나
한국	**Korea** 韩国 韓国 Tiếng Hàn Корея	한국은	한국이	한국을	한국과	한국이나
수미	**Sumi** 秀美 スミ Sumi Суми	수미는	수미가	수미를	수미와	수미나
경진	**Kyoung Jin** 敬眞 キョンジン Kyoung Jin Кёнгджин	경진은	경진이	경진을	경진과	경진이나

04

문장구조와
의문대명사

—

의문대명사	주어	부사어		간접목적어	목적어	서술어
		시간	장소			
누구	**누가**			**누구에게**	**누구를**	**누구입니까?**
	누가					김수미입니까?
	누가			그녀에게	선물을	주었습니까?
	당신은			누구에게	선물을	주었습니까?
	당신은	어제			누구를	만났습니까?
언제	**(언제가)**	**언제**				**언제입니까**
	당신의 생일은					언제입니까?
	당신은	언제	학교에			갑니까?
	당신은	언제			친구를	만날 것입니까?
어디	**어디가**		**어디에 어디에서**			**어디입니까**
	어디가					도서관입니까?
	도서관은					어디입니까?
	당신은	어제	어디에			갔습니까?
	당신은	어제	어디에서		친구를	만났습니까?
무엇	**무엇이**				**무엇을**	**무엇입니까**
	이것은					무엇입니까?
	당신은				무엇을	좋아합니까?
	당신은				무슨/어떤 음식을	좋아합니까?
	당신은				어떤 남자를	좋아합니까?
왜		**왜**				
	당신은	왜	병원에			갑니까?
	당신은	왜		저에게	전화를	했습니까?
	그는	왜			한국어를	공부합니까?

05

기초문법

—

1. 서술어

1.   A = B

2.   있다, 없다, 많다, 적다

3.   형용사

4.   의문대명사

5.   부드러운 명령

6.   and, or, but

7.   현재진행

8.   청유

9.   능력, 가능

10.   희망1

11.   희망2

12.   부정

13.   허락, 의무, 면제, 금지

14.   경험

15.   다른 사람을 위한 행동

16.   요구, 부탁

17.   추측

18.   다른 사람의 마음을 추측

19.   계획, 가까운 미래

20.   감탄, 새로운 사실 발견

21.   확인

22.   상태1

23.   상태2

24.   결정, 결심, 약속

25.   기간, 시간, 돈

	A = B : A는 B이다. (명사+입니다/입니까?)	
1	**What is this?**	이것은 무엇입니까?
	这个是什么?	
	これは何ですか?	
	Cái này là cái gì?	
	Что это?	
2	**This is a book.**	이것은 책입니다.
	这个是书.	
	これは本です。	
	Cái này là quyển sách.	
	Это книга	
3	**That is a computer.**	저것은 컴퓨터입니다.
	那个是电脑.	
	あれはパソコンです。	
	Cái kia là máy tính.	
	Это компьютер.	
4	**That is a cellphone/smartphone.**	그것은 휴대폰입니다.
	那个是手机。	
	それは携帯です。	
	Cái đó là điện thoại di động.	
	Это мобильный телефон.	
5	**Here is Seoul.**	여기는 서울입니다.
	这里是首尔.	
	ここはソウルです。	
	Ở đây là Seoul.	
	Здесь Сеул.	
6	**That is Gwanghwamoon.**	저기는 광화문입니다.
	那里是光化门。	
	あそこはクアンフアムンです。	
	Đằng kia là Gwang-hwa-mun.	
	Вон там Кванхвамун	

7	**That is Jeju Island.** 那里是济州岛. そこはチェジュドです。 Đằng đó là đảo Jeju. Там остров Чеджу.	거기는 제주도입니다.
8	**I am Jae Suk Yoo.** 我是刘在石。 私はユゼソクです。 Tôi là Yoo Jae Suk. Я Ю Джесук.	저는 유재석입니다.
9	**She is Young Ja Lee.** 她是李英子 彼女はイヨンザです。 Cô ấy là Lee Young-Ja. Она Ли Ёнджа.	그녀는 이영자입니다.
10	**He is Kyoung Jin Kim.** 他是金敬眞. 彼はキムキョンジンです。 Anh ấy là Kim Kyoung Jin. Он Ким Кён Чжин.	그는 김경진입니다.
11	**They are BTS.** 他们是BTS. 彼らはBTSです。 Họ là BTS. Они BTS.	그들은 방탄소년단(BTS)입니다.
12	**It is Monday.** 今天是周一. 今日は月曜日です。 Hôm nay là thứ Hai. Сегодня понедельник.	오늘은 월요일입니다.

13	**Tomorrow is Tuesday.**	내일은 화요일입니다.
	明天是周二。	
	明日は火曜日です。	
	Ngày mai là thứ Ba.	
	Завтра вторник.	
14	**My name is Kyoung Jin Kim.**	제(저의) 이름은 김경진입니다.
	他的名字是金晶振.	
	私の名前はキムキョンジンです。	
	Tên của tôi là Kim Kyoung Jin.	
	Там остров Чеджу.	
15	**My hometown is Busan.**	제 고향은 부산입니다.
	我的故乡是釜山.	
	私の古里はプサンです。	
	Quê hương của tôi là Busan.	
	Я Ю Джесук.	
16	**My major is Business.**	제 전공은 경영입니다.
	我的专业是经营.	
	私の専攻は経営です。	
	Chuyên ngành của tôi là kinh doanh.	
	Она Ли Ёнджа.	
17	**My job is medical doctor.**	제 직업은 의사입니다.
	我的职业是医生.	
	私の職業は医者です。	
	Nghề nghiệp của tôi là bác sĩ.	
	Он Ким Кён Чжин.	
18	**My hobby is listening to music.**	제 취미는 음악감상입니다.
	我的爱好是欣赏音乐.	
	私の趣味は音楽鑑賞です。	
	Sở thích của tôi là thưởng thức âm nhạc.	
	Они BTS.	

19	**This is my car.**	이것은 제 차입니다.
	这是我的车.	
	これは私の車です。	
	Cái này là xe hơi của tôi.	
	Сегодня понедельник.	
20	**She is my girlfriend.**	그녀는 제 여자 친구입니다.
	她是我的女朋友.	
	彼女は私のガールフレンドです。	
	Cô ấy là bạn gái của tôi.	
	Завтра вторник.	

21	**Do you have a boyfriend?**	당신은 남자 친구가 있습니까?
	你有男朋友吗?	
	あなたはボーイフレンドがいますか?	
	Bạn có bạn trai không?	
	Есть ли у вас парень?	
22	**I don't have a boyfriend.**	저는 남자 친구가 없습니다.
	我没有男朋友.	
	私はボーイフレンドがいません。	
	Tôi không có bạn trai.	
	У меня нет парня.	
23	**I had a boyfriend.**	저는 남자 친구가 있었습니다.
	我有过男朋友.	
	私はボーイフレンドがいました。	
	Tôi đã từng có bạn trai.	
	У меня был парень.	
24	**There are clouds in the sky.**	하늘에 구름이 있습니다.
	天上有云.	
	空に雲があります。	
	Trên bầu trời có mây.	
	На небе облако.	
25	**My parents are in my hometown.**	고향에 부모님이 있습니다.
	故乡里/老家有父母.	
	故郷に両親がいます。	
	Ở quê có bố mẹ.	
	Мои родители в моем родном городе.	
26	**She is in my heart.**	내 마음에 그녀가 있습니다.
	我心里有那个女孩儿.	
	私の心に彼女がいます。	
	Trong lòng tôi có cô ấy.	
	Она в моем сердце.	

27	**There is no money in the bank account.**	통장에 돈이 없습니다.
	存折里没有钱.	
	通帳にお金がありません。	
	Trong tài khoản không có tiền.	
	На банковском счёте нет денег.	
28	**There are a lot of people in the park.**	공원에 사람들이 많습니다.
	公园里有很多人.	
	公演に人が多いです。	
	Trong công viên có nhiều người.	
	В парке много людей.	
29	**There are a few cars in the highway.**	고속도로에 차들이 적습니다.
	高速公路上车很少.	
	高速道路に車が少ないです。	
	Trên đường cao tốc (có) ít xe hơi.	
	На автострада мало машин.	
30	**I have a dream.**	저는 꿈이 있습니다.
	我有梦想.	
	私には夢があります。	
	Tôi có ước mơ.	
	У меня есть мечта.	

存折里没有钱.

31	**Seoraksan Mountain is high.**	설악산은 높습니다.
	雪岳山很高.	
	ソラクサンは高いです。	
	Núi Seorack cao.	
	Горы Сораксан высокие.	
32	**The ocean is wide.**	바다는 넓습니다.
	大海很广阔.	
	海は広いです。	
	Biển rộng.	
	Океан огромен (широкий).	
33	**The train is long.**	기차는 깁니다.
	火车很长.	
	汽車は長いです。	
	Tàu hỏa dài.	
	Поезд длинный.	
34	**This bag is heavy.**	이 가방은 무겁습니다.
	这个包很重.	
	このカバンは重いです。	
	Cái túi này nặng.	
	Эта сумка тяжелая.	
35	**It is hot today.**	오늘은 덥습니다.
	今天天气很热.	
	今日は暑いです。	
	Hôm nay nóng.	
	Сегодня жарко.	
36	**It will be cold tomorrow.**	내일은 추울 것입니다.
	明天天气会很冷.	
	明日は寒いでしょう。	
	Ngày mai sẽ lạnh.	
	Завтра будет холодно.	

37	**Her eyes are pretty.**	그녀는 눈이 예쁩니다.
	她的眼睛很漂亮.	
	彼女は目が綺麗です。	
	Mắt cô ấy đẹp.	
	У нее красивые глаза.	
38	**He is tall.**	그는 키가 큽니다.
	他的个子很高.	
	彼は背が高いです。	
	Anh ấy cao.	
	Он высокий.	
39	**The rabbit is fast.**	토끼는 빠릅니다.
	兔子速度很快.	
	ウサギは速いです。	
	Con thỏ nhanh.	
	Зайцы быстрые.	
40	**The turtle is slow.**	거북이는 느립니다.
	乌龟速度很慢.	
	カメは遅いです。	
	Con rùa chậm.	
	Черепахи медлительны.	

	Who is Sumi?	
	谁是秀美?	
41	スミはだれですか?	누가 수미입니까?
	Ai là Sumi?	
	Кто Суми?	
	I am Sumi.	
	我是秀美.	
42	私がスミです。	제가 수미입니다.
	Tôi là Sumi.	
	Я – Суми.	
	Who did you meet yesterday?	
	你昨天见了谁?	
43	あなたは昨日、だれにあいましたか?	당신은 어제 누구를 만났습니까?
	Bạn đã gặp ai vào hôm qua?	
	С кем вы вчера встречались?	
	I met Kyoung Jin yesterday.	
	我昨天见了敬真.	
44	私は昨日、ギョンジンに会いました。	저는 어제 경진을 만났습니다.
	Tôi đã gặp Kyoung-jin vào hôm qua.	
	Вчера я встретил(-а) Кёнджина.	
	Who did you give a gift to?	
	你给了谁礼物?	
45	あなたはだれにプレゼントをあげましたか?	당신은 누구에게 선물을 주었습니까?
	Bạn đã tặng quà cho ai?	
	Кому вы сделали подарок?	
	I gave the gift to my friend.	
	我把礼物给了朋友.	
46	私は友達にプレゼントをあげました。	저는 친구에게 선물을 주었습니다.
	Tôi đã tặng quà cho bạn.	
	Я подарил(-а) подарок своему другу.	

47	**Who is that person?** 那个人是谁? あの人はだれですか? Người kia là ai? Кто тот человек?	저 사람은 누구입니까?
48	**That person is my boyfriend.** 那个人是我的男朋友. あの人は私のボーイフレンドです。 Người kia là bạn trai của tôi. Тот человек - мой парень.	저 사람은 제 남자 친구입니다.
49	**When are you going to the language school?** 你什么时候去语言学校? あなたはいつ学校に行きますか? Bạn đi đến trung tâm khi nào? Когда ты идешь на курсы?	당신은 언제 학원에 갑니까?
50	**I go to the language school on Monday.** 我星期一去语言学校。 私は月曜日に学校に行きます。 Tôi đi đến trung tâm vào thứ hai. Я иду на курсы в понедельник.	저는 월요일에 학원에 갑니다.
51	**When will you get married?** 你什么时候结婚? あなたはいつ結婚しますか? Khi nào bạn sẽ kết hôn? Когда вы женитесь?	당신은 언제 결혼할 것입니까?
52	**I will get married next year.** 我明年将要结婚. 私は来年に結婚するつもりです。 Tôi sẽ kết hôn vào năm sau. Я женюсь в следующем году.	저는 내년에 결혼할 것입니다.

53	**When do you have breakfast?**	당신은 언제 아침을 먹습니까?
	你什么时候吃的早饭?	
	あなたはいつ朝ごはんを食べますか?	
	Bạn ăn sáng khi nào?	
	Когда ты завтракаешь?	
54	**I have breakfast at 7 am.**	저는 7시에 아침을 먹습니다.
	我早上七点吃的早饭.	
	私は七時に朝ごはんを食べます。	
	Tôi ăn sáng lúc 7 giờ.	
	Я завтракаю в 7 утра.	
55	**When is your birthday?**	당신의 생일은 언제입니까?
	你生日是什么时候?	
	あなたの誕生日はいつですか?	
	Sinh nhật của bạn là khi nào?	
	Когда твой день рождения?	
56	**My birthday is on September 2.**	제 생일은 9월 2일입니다.
	九月二日是我的生日.	
	私の誕生日は九月二日です。	
	Sinh nhật của tôi là ngày 2 tháng 9.	
	Мой день рождения 2 сентября.	
57	**Where is the library?**	어디가 도서관입니까?
	图书馆在哪里?	
	図書館はどこですか?	
	Ở đâu là thư viện?	
	Где библиотека?	
58	**The library is over there.**	저기가 도서관입니다.
	图书馆在那里.	
	あそこが図書館です。	
	Đằng kia là thư viện.	
	Библиотека вон там.	

59	**Where did you go yesterday?** 你昨天去哪里了? あなたは昨日どこへ行きましたか? Hôm qua bạn đã đi đâu? Куда вы ходили вчера?	당신은 어제 어디에 갔습니까?
60	**I went to the department store yesterday.** 我昨天去了百货商店. 私は昨日デパートへ行きました。 Hôm qua tôi đã đi đến trung tâm thương mại. Я вчера ходил в универмаг.	저는 어제 백화점에 갔습니다.
61	**Where do you learn Korean?** 你在哪里学韩语? あなたはどこで韓国語を勉強しますか? Bạn học tiếng Hàn ở đâu? Где вы учите корейский язык?	당신은 어디에서 한국어를 공부합니까?
62	**I learn Korean in the language school.** 我正在语言学校学习韩语。 私は塾で韓国語を勉強します。 Tôi học tiếng Hàn ở trung tâm. Я учу корейский язык на курсах.	저는 학원에서 한국어를 공부합니다.
63	**What is that place?** 那里是哪里? 它在哪里? あそこはどんなところですか? Đằng kia là đâu? Что за место вон там?	저기는 어디입니까?
64	**That is the subway station.** 那里是地铁站. あそこは地下鉄駅です。 Đằng kia là ga tàu điện ngầm. Вон там станция метро.	저기는 지하철역입니다.

65	**What is this?**	이것은 무엇입니까?
	这是什么?	
	これは何ですか?	
	Cái này là cái gì?	
	Что это?	

66	**This is a Half-moon Rice Cake.**	이것은 송편입니다.
	这是中秋年糕.	
	これはモチです。	
	Cái này là bánh Songpyeon.	
	Это сонгпён.	

67	**What do you like?**	당신은 무엇을 좋아합니까?
	你喜欢什么?	
	あなたは何がすきですか?	
	Bạn thích cái gì?	
	Что вы любите? / Что вам нравится?	

68	**I like bibimbab.**	저는 비빔밥을 좋아합니다.
	我喜欢拌饭.	
	私はビビンバがすきです。	
	Tôi thích món cơm trộn.	
	Мне нравится пибимбап.	

69	**What kind of food do you like?**	당신은 무슨/어떤 음식을 좋아합니까?
	你喜欢吃什么/哪一种食物?	
	あなたはどんな食べ物がすきですか?	
	Bạn thích thức ăn gì?	
	Какая еда вам нравится? / Какую еду вы любите?	

70	**I like bulgogi.**	저는 불고기를 좋아합니다.
	我喜欢烤牛肉.	
	私はプルゴギがすきです。	
	Tôi thích Bulgogi (thịt bò xào).	
	Я люблю пулькоги.	

71	**What kind of music do you like?** 你喜欢听什么/什么样的音乐? あなたはどんな音楽がすきですか? Bạn thích nhạc gì? Какая музыка вам нравится?	당신은 무슨/어떤 음악을 좋아합니까?
72	**I like k-pop.** 我喜欢韩国流行音乐. 私はk-popがすきです。 Tôi thích k-pop. Мне нравится К-ПОП.	저는 케이팝을 좋아합니다.
73	**Which color do you like?** 你喜欢什么/什么样颜色? あなたはなんの色がすきですか? Bạn thích màu gì? Какой цвет вам нравится?	당신은 무슨/어떤 색을 좋아합니까?
74	**I like blue.** 我喜欢蓝色. 私はブルーがすきです。 Tôi thích màu xanh. Мне нравится синий цвет. / Я люблю синий.	저는 파란색을 좋아합니다.
75	**What kind of flower do you like?** 你喜欢什么花? あなたはどんな花がすきですか? Bạn thích hoa gì? Какие цветы вы любите?	당신은 무슨/어떤 꽃을 좋아합니까?
76	**I like roses.** 我喜欢玫瑰. 私はバラがすきです。 Tôi thích hoa hồng. Я люблю розы.	저는 장미를 좋아합니다.

77	**What kind of man do you like?**	당신은 어떤 남자를 좋아합니까?
	你喜欢什么样的男人?	
	あなたはどんな男がすきですか?	
	Bạn thích mẫu hình con trai như thế nào?	
	Какие мужчины вам нравятся?	
78	**I like a kind man.**	저는 친절한 남자를 좋아합니다.
	我喜欢亲切的男人.	
	私は親切な男がすきです。	
	Tôi thích con trai thân thiện.	
	Мне нравятся вежливые мужчины.	
79	**What type of woman do you want to marry?**	당신은 어떤 여자와 결혼하고 싶습니까?
	你想和什么样的女人结婚?	
	あなたはどんな女と結婚したいですか?	
	Bạn muốn kết hôn với mẫu hình con gái như thế nào?	
	На какой женщине хотите жениться?	
80	**I want to marry a woman who is good at cooking.**	저는 요리를 잘하는 여자와 결혼하고 싶습니다.
	我想和料理做得好的女人结婚.	
	私は料理が上手な女と結婚したいです。	
	Tôi muốn kết hôn với cô gái nấu ăn giỏi.	
	Я хочу жениться на женщине, которая хорошо готовит.	

81	**Hello, how are you?** 你好? おはよう。こんにちは。こんばんは。 Xin chào? Здравствуйте?	안녕하세요?
82	**Welcome.** 欢迎光临/快进来. ようこそ。 Xin mời vào. Добро пожаловать.	어서 오세요.
83	**Sit down here.** 请坐. ここにすわってください。 Xin hãy ngồi ở đây. Садитесь, пожалуйста, сюда.	여기에 앉으세요.
84	**What would you like to order?** 你想吃点什么? どれにしましょうか? Bạn gọi (món) gì ạ? Что бы вы хотели?	무엇을 드릴까요?
85	**One bibimbob, please.** 请给我一个拌饭. ビビンバーつください。 Xin hãy cho tôi một cơm trộn. Дайте, пожалуйста, один пибимбап.	비빔밥 하나 주세요.
86	**Enjoy your meal.** 请慢慢享用. どうぞ。おいしく召し上がってください。 Chúc ngon miệng. Приятного аппетита.	맛있게 드세요.

87	**Thank you for the meal.**	잘 먹겠습니다.
	我开吃了/谢谢款待.	
	いただきます。	
	Tôi sẽ ăn ngon miệng.	
	Спасибо за угощение/ еду.	
88	**Thank you.**	감사합니다.
	谢谢.	
	ありがとうございます。	
	Xin cảm ơn.	
	Благодарю.	
89	**I enjoyed the food.**	잘 먹었습니다.
	我吃得很好/我吃完了.	
	こちそうさまでした。	
	Tôi đã ăn ngon miệng.	
	Еда мне понравилась, с удовольствием поел(-а).	
90	**Goodbye.**	안녕히 가세요.
	再见（对要走的人说的）	
	さようなら。	
	Chào tạm biệt. (Người ở lại nói với người đi)	
	До свидания. (Счастливого пути.)	
91	**Goodbye.**	안녕히 계세요.
	再见（要走的人说的）.	
	さようなら。	
	Chào tạm biệt. (Người đi nói với người ở lại)	
	Всего хорошего. (Счатливо оставаться.)	
92	**Show me your passport, please.**	여권 주세요.
	请给我护照.	
	パスポートください。	
	Xin hãy đưa hộ chiếu (cho tôi).	
	Покажите, пожалуйста, паспорт.	

93	**Have a nice day.** 愿度过愉快的一天. よい一日を。 Chúc bạn có một ngày tốt lành. Хорошего дня.	좋은 하루 되세요.
94	**Have a good time.** 愿度过美好的时间. よい時間を。 Chúc bạn có khoảng thời gian vui vẻ. Хорошего времяпровождения!	좋은 시간 되세요.
95	**Be happy always.** 祝你幸福. いつも幸せになってください。 Xin hãy luôn hạnh phúc. Желаю вам счастья. (Будьте всегда счастливы.)	늘 행복하세요.
96	**I hope you always stay healthy.** 祝你健康. お元気に。 Xin hãy luôn khỏe mạnh. Желаю вам здоровья. (Будьте всегда в добром здравии.)	늘 건강하세요.
97	**Be thankful all the time.** 一直感谢. いつも感謝しなさい。 Xin hãy luôn biết ơn. Всегда благодарите.	늘 감사하세요.
98	**Thanks and have a good day!** 辛苦您了. お疲れ様です。 Chúc bạn làm việc tốt nhé. (Người đi chào người ở lại khi người ở lại đang làm việc) Спасибо за ваши усилия.	수고하세요.

99	**Happy new year!**	새해 복 많이 받으세요.
	新年快乐.	
	あけましておめでとうございます。	
	Chúc mừng năm mới.	
	С Новым годом!	
100	**Many happy returns.**	오래 오래 사세요.
	长命百岁！	
	ご安泰を祈ります。	
	Xin hãy sống thật lâu.	
	Желаю вам долголетия.	

	and	or	but
명사	와/과	나/이나	*
동사, 형용사	고	거나	지만
문장	그리고	*	하지만/그러나

101	**I go to the language school on Tuesday and on Friday.** 我周二和周五去培训班. 私は火曜日と金曜日に塾へ行きます。 Tôi đi đến trung tâm vào thứ ba và thứ sáu. Я хожу на курсы во вторник и в пятницу.	저는 화요일과 금요일에 학원에 갑니다.
102	**There are vegetables, fruits, and fish in the market.** 市场里有蔬菜、水果、还有鱼. 市場に野菜と果物と魚があります。 Ở chợ có rau, trái cây và cá. На рынке есть овощи, фрукты и рыба.	시장에 야채와 과일과 생선이 있습니다.
103	**I went to Busan with Sumi and Kyoung Jin yesterday.** 我昨天和秀美，还有敬真一起去了釜山. 私は昨日スミとギョンジンと(一緒に)プサンへ行きました。 Hôm qua tôi đã đi đến Busan cùng với Sumi và Kyoung-jin. Вчера я ездил в Пусан с Суми и Кёнджином.	저는 어제 수미와 경진과 (함께/같이) 부산에 갔습니다.
104	**The sun, moon, and stars are in the sky.** 天上有太阳，月亮，还有星星. 空に太陽と月と星があります。 Trên bầu trời có mặt trời, mặt trăng và sao. На небе солнце, луна и звезды.	하늘에 해와 달과 별이 있습니다.
105	**Sumi is pretty. And Sumi is smart.** 秀美不但漂亮，还聪明. スミは綺麗です。またスミは頭がいいです。 Sumi xinh đẹp. Và Sumi thông minh. Суми красивая. А ещё она умна.	수미는 예쁩니다. 그리고 수미는 똑똑합니다.

106	**Sumi is pretty and smart.** 秀美即漂亮，又聪明. スミは綺麗で頭がいいです。 Sumi đẹp và thông minh. Суми красивая и умная.	수미는 예쁘고 똑똑합니다.
107	**It is rainy and cold today.** 今天下雨，天气还冷. 今日は雨が降りますし、さむいです。 Hôm nay trời mưa và lạnh. Сегодня дождливо и холодно.	오늘은 비가 오고 춥습니다.
108	**Korean language is easy and funny.** 韩国语简单，且有趣. 韓国語は易くておもしろいです。 Tiếng Hàn dễ và thú vị. Корейский язык легкий и интересный.	한국어는 쉽고 재미있습니다.
109	**My father is an office worker and my mother is a housewife.** 父亲是公司职员，母亲是家庭主妇. お父さんは会社員で、お母さんは主婦です。 Bố (tôi) là nhân viên công ty và mẹ tôi là nội trợ. Мой отец сотрудник компании, а мама домохозяйка.	아버지는 회사원이고, 어머니는 주부입니다.
110	**I clean and do the laundry on weekends.** 我周末打扫后洗衣服. 私は週末に掃除をして、洗濯をします。 Tôi dọn dẹp và giặt giũ vào cuối tuần. На выходных я убираюсь и стираюсь.	저는 주말에 청소하고 빨래합니다. (= 저는 주말에 청소를 하고 빨래를 합니다.)
111	**I work out in the park or riverside in the morning.** 我早上去公园或去江边运动. 私は朝に公園や川辺で運動をします。 Tôi tập thể dục ở công viên hoặc ven sông vào buổi sáng. Утром я гуляю в парке или занимаюсь спортом на берегу реки.	저는 아침에 공원이나 강변에서 운동을 합니다.

112	**I eat rice or bread in the morning.** 我早上吃米饭或吃面包. 私は朝にご飯やパンを食べます。 Tôi ăn cơm hoặc bánh mì vào buổi sáng. Утром я ем рис или хлеб.	저는 아침에 밥이나 빵을 먹습니다.
113	**I go to the library or meet friends on a weekend.** 我周末去图书馆或见朋友. 私は週末に図書館へ行つたり友達に会います。 Tôi đi đến thư viện hoặc gặp bạn vào cuối tuần. На выходных я иду в библиотеку или встречаюсь с друзьями.	저는 주말에 도서관에 가거나 친구를 만납니다.
114	**I go shopping or work out on a weekend.** 我周末去购物或去运动. 私は週末に買い物をしたり、運動をします。 Tôi mua sắm hoặc tập thể dục vào cuối tuần. На выходных я делаю покупки или занимаюсь спортом.	저는 주말에 쇼핑을 하거나 운동을 합니다.
115	**I work part-time or go on a trip during the vacation.** 我放假的时候去打工或去旅行. 私は休みにバイトをしたり、旅行をします。 Tôi làm thêm hoặc đi du lịch vào kì nghỉ. На каникулах я подрабатываю или путешествую.	저는 방학 때 아르바이트를 하거나 여행을 갑니다.
116	**The older sister is tall. But her little sister is short.** 姐姐很高。但是她的妹妹很矮。 姉は背が高いです。しかし妹は背が低いです。 Chị cao. Nhưng em thấp. Моя старшая сестра высокая. Но младшая сестра невысокая.	언니는 키가 큽니다. 하지만/그러나 동생은 키가 작습니다.
117	**The older sister is tall, but her little sister is short.** 姐姐个子高, 但姐姐个子矮。 姉は背が高いが妹は背が低いです。 Chị cao nhưng em thấp. Моя старшая сестра высокая, а младшая сестра невысокая.	언니는 키가 크지만 동생은 키가 작습니다.

118	**The rabbit is fast. But the turtle is slow.**	토끼는 빠릅니다. 하지만/그러나 거북이는 느립니다.
	兔子很快 但是乌龟很慢。	
	ウサギははやいです。しかしカメは遅いです。	
	Thỏ nhanh. Nhưng rùa chậm.	
	Зайцы быстрые. Но черепахи медлительны.	
119	**The rabbit is fast, but the turtle is slow.**	토끼는 빠르지만 거북이는 느립니다.
	虽然，兔子很快，但乌龟很慢.	
	ウサギははやいが、カメはおそいです。	
	Thỏ nhanh nhưng rùa chậm.	
	Зайцы быстрые, а черепахи медлительны.	
120	**I like puppies, but Sumi doesn't like puppies.**	저는 강아지를 좋아하지만 수미는 강아지를 싫어합니다.
	我喜欢小狗，秀美却不喜欢小狗.	
	私は犬が好きですが、スミは犬を嫌います。	
	Tôi thích chó con nhưng Sumi ghét chó con.	
	Я люблю щенков, а Суми не любит щенков.	
121	**Korean food is spicy but delicious.**	한국 음식은 맵지만 맛있습니다.
	虽然韩国饮食很辣，但很好吃.	
	韓国料理は辛いですがおいしいです。	
	Thức ăn Hàn Quốc cay nhưng ngon.	
	Корейская еда острая, но вкусная.	
122	**This bag is heavy but strong.**	이 가방은 무겁지만 튼튼합니다.
	虽然这个包包很重，但很结实.	
	このカバンはおもいでど丈夫です。	
	Cái cặp này nặng nhưng chắc chắn.	
	Эта сумка тяжёлая, но прочная.	
123	**It was hot yesterday but it is cool today.**	어제는 더웠지만 오늘은 시원합니다.
	虽然昨天很热，但今天很凉爽.	
	昨日は暑かったが今日は涼しいです。	
	Hôm qua đã nóng nhưng hôm nay mát mẻ.	
	Вчера было жарко, но сегодня прохладно.	

	Sumi likes sea but I like mountain.
	虽然秀美喜欢大海，但我喜欢山.
124	スミは海がすきですが、私は山がすきです。
	Sumi thích biển nhưng tôi thích núi.
	Суми любит море, а я люблю горы.

수미는 바다를 좋아하지만
저는 산을 좋아합니다.

虽然秀美喜欢大海，但我喜欢山.

スミは海がすきですが、私は山がすきです。

125	**The boss is in a meeting now.**	사장님은 지금 회의를 하고 있습니다.
	社长现在在开会.	
	社長は今会議中です。	
	Giám đốc bây giờ đang họp.	사장님은 지금 회의 중입니다.
	Директор сейчас проводит собрание. Директор сейчас на собрании.	
126	**I'm going home now.**	저는 지금 집에 가고 있습니다.
	我正在回家的路上.	
	私は今家に帰っています。	
	Tôi bây giờ đang đi về nhà.	저는 지금 집에 가는 중입니다
	Я сейчас иду домой.	
127	**I'm now waiting for my friend at the coffee shop.**	저는 지금 커피숍에서 친구를 기다리고 있습니다.
	我现在在咖啡厅等朋友.	
	私は今カフェーで友達を待っています。	
	Tôi bây giờ đang đợi bạn ở quán cà phê.	저는 지금 커피숍에서 친구를 기다리는 중입니다.
	Я сейчас в кофейне жду друга.	
128	**This road is under construction.**	이 도로는 공사 중입니다.
	这条路在施工.	
	この道路は工事中です。	
	Con đường này đang (trong quá trình) thi công.	
	Дорого на реконструкции.	
129	**I'm learning to play the guitar at music academy these days.**	저는 요즘 학원에서 기타를 배우고 있습니다.
	我最近在培训班学习弹吉他.	
	私は最近塾でギターを習っています。	
	Dạo này tôi đang học ghita ở trung tâm.	
	Сейчас (в эти дни) я учусь на курсах играть на гитаре.	
130	**The boss is on a business trip now.**	사장님은 지금 출장 중입니다.
	社长今天在出差中.	
	社長は今出張中です。	
	Giám đốc bây giờ đang đi công tác.	
	Директор сейчас в командировке.	

131	**Shall we watch a movie this weekend?**	이번 주말에 영화를 볼까요/볼래요?
	这个周末要一起看电影吗?	
	今週末に映画を見ませんか?	
	Cuối tuần này mình đi xem phim nhé?	
	Не хотите пойти со мной в кино в эти выходные?	

132	**Where shall we meet tomorrow?**	내일 어디에서 만날까요?
	明天在哪里见面?	
	明日どこであいましょうか?	
	Ngày mai mình gặp nhau ở đâu đây?	
	Где нам встретиться завтра?	

133	**What shall we eat?**	무엇을 먹을까요?
	要吃点什么?	
	何をたべましょうか?	
	Mình ăn gì đây?	
	Что нам поесть?	

134	**Let's watch a movie this weekend.**	이번 주말에 영화를 봅시다.
	这个周末一起看电影吧.	
	今週末、映画を見ましょう。	
	Cuối tuần này mình xem phim thôi.	
	Давайте пойдем в кино в эти выходные.	

135	**Let's meet at Starbucks tomorrow.**	내일 스타벅스에서 만납시다.
	明天在星巴克见吧.	
	明日スターバックスで会いましょう。	
	Ngày mai gặp nhau ở Starbucks thôi.	
	Давайте завтра встретимся в Старбаксе.	

136	**Let's eat bibimbap.**	비빔밥을 먹읍시다.
	一起吃拌饭吧.	
	ビビンバを食べましょう。	
	Ăn cơm trộn thôi.	
	Давайте будем есть пибимбап.	

Let's study hard.	
努力学习吧.	
頑張って勉強しましょう。	**열심히 공부합시다.**
Học hành chăm chỉ thôi.	
Давайте усердно учиться.	
Let's work hard.	
努力工作吧.	
頑張って働きましょう。	**열심히 일합시다.**
Làm việc chăm chỉ thôi.	
Давайте работать с энтузиазмом.	

139	**Can you speak Korean?**	당신은 한국어를 할 수 있습니까?
	你会说韩国语吗?	
	あなたは韓国語ができますか?	
	Bạn có thể nói tiếng Hàn không?	
	Вы можете говорить по-корейски?	
140	**Yes, I can speak Korean.**	예, 저는 한국어를 할 수 있습니다.
	是的，我会说韩国语.	
	はい、私は韓国語ができますか。	
	Vâng, tôi có thể nói tiếng Hàn.	
	Да, я могу говорить по-корейски.	
141	**No, I can't speak Korean.**	아니요, 저는 한국어를 할 수 없습니다.
	不，我不会说韩国语.	
	いいえ、私は韓国語ができません。	
	Không, tôi không thể nói tiếng Hàn.	
	Нет, по-корейски я не могу говорить.	
142	**Do you know how to drive?**	당신은 운전을 할 줄 압니까?
	你会开车吗?	
	あなたは運転ができますか。	
	Bạn biết lái xe không?	
	Вы умеете водить машину?	
143	**Yes, I know how to drive.**	예, 저는 운전을 할 줄 압니다.
	是的，我会开车.	
	はい、私は運転ができます。	
	Vâng, tôi biết lái xe.	
	Да, я умею водить (машину).	
144	**No, I don't know how to drive.**	아니요, 저는 운전을 할 줄 모릅니다.
	不，我不会开车.	
	いいえ、私は運転ができません。	
	Không, tôi không biết lái xe.	
	Нет, я не умею водить (машину).	

145	**I can't go to school tomorrow.** 我明天不能去学校. 私は明日学校へ行くことができません。 Tôi không thể đi đến trường vào ngày mai. Я не смогу пойти в школу завтра.	저는 내일 학교에 갈 수 없습니다.
146	**I can't meet you tomorrow.** 我明天没办法见你. 私はあしたあなたに会えません。 Tôi không thể gặp bạn vào ngày mai. Я не смогу встретиться с тобой завтра.	저는 내일 당신을 만날 수 없습니다.
147	**I can't go out now.** 我现在没办法外出. 私は会外出できません。 Bây giờ tôi không thể ra ngoài. Я не могу выйти прямо сейчас.	저는 지금 외출할 수 없습니다.
148	**We can win.** 我们会赢的. 私たちは勝利できます。 Chúng tôi có thể chiến thắng. Мы сможем победить.	우리는 이길 수 있습니다.
149	**We can overcome this crisis.** 我们可以克服这个危机. 我々はこの危機を克復できます。 Chúng tôi có thể khắc phục nguy cơ này. Мы сможем преодолеть этот кризис.	우리는 이 위기를 극복할 수 있습니다.
150	**I can do anything.** 我可以做任何事情. 私はなんでもできます。 Tôi có thể làm bất cứ việc gì cũng được. Я могу делать всё.	저는 무엇이든지 할 수 있습니다.

151	**What do you want to be good at?**	당신은 무엇을 잘하고 싶습니까?
	你想做好什么?	
	あなたは何が上手になりたいですか?	
	Bạn muốn làm giỏi điều gì?	
	В чем вы хотели бы быть умелым?	
152	**I want to be good at Korean.**	저는 한국어를 잘하고 싶습니다.
	我想学好韩国语.	
	私は韓国語が上手になりたいです。	
	Tôi muốn giỏi tiếng Hàn.	
	Я хочу хорошо говорить по-корейски.	
153	**Where do you want to go?**	당신은 어디에 가고 싶습니까?
	你想去哪里?	
	あなたはどこへ行きたいですか?	
	Bạn muốn đi đâu?	
	Куда вы хотели бы поехать (пойти)?	
154	**I want to go to Korea.**	저는 한국에 가고 싶습니다.
	我想去韩国.	
	私は韓国へ行きたいです。	
	Tôi muốn đi Hàn Quốc.	
	Я хочу поехать в Корею.	
155	**When do you want to go?**	당신은 언제 가고 싶습니까?
	你什么时候想去?	
	あなたはいつ行きたいですか?	
	Bạn muốn đi khi nào?	
	Когда вы хотели бы поехать?	
156	**I want to go next October.**	저는 내년 10월에 가고 싶습니다.
	我想明年十月份去.	
	私は来年の十月に行きたいです。	
	Tôi muốn đi vào tháng 10 năm sau.	
	Я хочу поехать в октябре следующего года.	

#		
157	**Who do you want to meet in Korea?**	당신은 한국에서 누구를 만나고 싶습니까?
	你想在韩国见到谁?	
	あなたは韓国でだれにあいたいですか?	
	Bạn muốn gặp ai ở Hàn Quốc?	
	Кого вы хотели бы встретить в Корее?	
158	**I want to meet BTS.**	저는 BTS를 만나고 싶습니다.
	我想在韩国见到BTS吗?	
	私はBTSに会いたいです。	
	Tôi muốn gặp BTS.	
	Я хотел бы встретиться с BTS.	
159	**What do you want to eat?**	당신은 무엇을 먹고 싶습니까?
	你想吃什么?	
	あなたは何が食べたいですか?	
	Bạn muốn ăn gì?	
	Что вы хотели бы поесть?	
160	**I want to eat Bulgogi.**	저는 불고기를 먹고 싶습니다.
	我想吃烤牛肉.	
	私はプルゴギが食べたいです。	
	Tôi muốn ăn Bulgogi (thịt bò xào).	
	Я хочу пулькоги.	
161	**I want to get married soon.**	저는 빨리 결혼하고 싶습니다.
	我想快点结婚.	
	私ははやく結婚したいです。	
	Tôi muốn nhanh chóng kết hôn.	
	Я хотел бы поскорее жениться. / Я хотела бы поскорее выйти замуж.	
162	**I want to go to my hometown.**	저는 고향에 가고 싶습니다.
	我想回故乡.	
	私は古里へ行きたいです。	
	Tôi muốn đi về quê.	
	Я хочу поехать в свой родной город.	

I want to be an interpreter.	
我想成为翻译师.	
私は通訳者になりたいです。	저는 통역사가 되고 싶습니다.
Tôi muốn trở thành thông dịch viên.	
Я хочу стать(быть) переводчиком	

163

164	**I wish I had a car.** （我）要是有辆车就好了. 有车就好了。 （私は)車がほしいです。 Nếu (tôi) có xe hơi thì thật tốt.. Я хотел бы иметь машину.	(저는) 차가 있었으면 좋겠습니다.
165	**I wish I had a lot of money.** （我）要是有很多钱就好了. （私は)お金持ちになってほしいです。 Nếu (tôi) có nhiều tiền thì thật tốt. Я хотел бы иметь много денег.	(저는) 돈이 많았으면 좋겠습니다.
166	**I wish I had a boyfriend.** （我）要是有男朋友就好了. （私は)ボーイフレンドがほしいです。 Nếu (tôi) có bạn trai thì thật tốt. Я хотела бы иметь парня.	(저는) 남자 친구가 있었으면 좋겠습니다.
167	**I wish the business goes well.** （我）要是事业顺利就好了. （私は)事業がよくなってほしいです。 Tôi mong việc kinh doanh thuận lợi thì thật tốt. Я хотел бы иметь процветающий бизнес.	(저는) 사업이 잘 되었으면 좋겠습니다.
168	**I wish I had no worries.** （我）要是万事不用担心就好了. 心配しなくてもいいのになあ Nếu (tôi) không có điều lo lắng thì thật tốt. Я не хотел бы иметь беспокойство.	(저는) 걱정이 없었으면 좋겠습니다.
169	**I wish my parents were always healthy.** （我）要是父母永远健康就好了. （私は)両親がいつも元気でいてほしいです。 Nếu bố mẹ luôn mạnh khỏe thì thật tốt. Я хочу, чтобы мои родители всегда были здоровы.	(저는) 부모님이 항상 건강했으면 좋겠습니다.

170	**I don't eat breakfast.**	저는 아침을 안 먹습니다.
	我没有吃早饭.	저는 아침을 먹지 않습니다.
	私は朝ごはんを食べません。	
	Tôi không ăn sáng.	
	Я не завтракаю.	
171	**I can't drink alcohol.**	저는 술을 못 마십니다.
	我不能喝酒.	저는 술을 마시지 못합니다.
	私はお酒が飲めません。	
	Tôi không thể uống rượu.	
	Я не могу пить алкоголь. (Я не пью.)	
172	**I am not going to work tomorrow.**	저는 내일 회사에 안 갑니다.
	我明天不去公司.	저는 내일 회사에 가지 않습니다.
	私は明日出勤しません。	
	Tôi không đi đến công ty vào ngày mai.	
	Я не пойду завтра на работу.	
173	**I can not go to the language school tomorrow.**	저는 내일 학원에 못 갑니다.
	我明天不能去培训班.	저는 내일 학원에 가지 못합니다.
	私は明日塾へ行けません。	
	Tôi không thể đi đến trung tâm vào ngày mai.	
	Я не смогу завтра пойти на курсы.	
174	**He doesn't study hard.**	그는 열심히 공부하지 않습니다.
	他不努力学习.	
	彼は頑張って勉強しません。	
	Anh ấy không học hành chăm chỉ.	
	Он не учится (не занимается) усердно.	
175	**I don't love him.**	저는 그를 사랑하지 않습니다.
	我不喜欢他.	
	私は彼のことが好きではありません。	
	Tôi không yêu anh ấy.	
	Я его не люблю.	

176	**He is not my friend.**	그는 제 친구가 아닙니다.
	他不是我的朋友.	
	彼は私の友達ではありません。	
	Anh ấy không phải là bạn của tôi.	
	Он не мой друг.	
177	**This is not Seoul station.**	여기는 서울역이 아닙니다.
	这里不是首尔站.	
	ここはソウル駅ではありません。	
	Ở đây không phải là ga Seoul.	
	Это не станция Сеул.	
178	**Nam Mountain is not high.**	남산은 안 높습니다. 남산은 높지 않습니다.
	南山不高.	
	ナムサンは高くありません。	
	Núi Nam không cao.	
	Горы Намсан не высокие.	
179	**He does not have a good personality.**	그는 성격이 안 좋습니다. 그는 성격이 좋지 않습니다.
	他的性格不太好.	
	彼は性格がよくないです。	
	Tính cách anh ấy không tốt.	
	У него не хороший характер.	
180	**He's not in good health.**	그는 건강이 안 좋습니다. 그는 건강이 좋지 않습니다.
	他不健康.	
	彼は健康がすぐれないです。	
	Sức khỏe anh ấy không tốt.	
	У него плохое здоровье.	
181	**Please do not open the window.**	창문을 열지 마세요.
	请不要开窗户.	
	窓を開けないでください。	
	Xin đừng mở cửa sổ.	
	Не открывайте окно.	

182	**Don't smoke.**	담배를 피우지 마세요.
	请不要抽烟.	
	タバコをすわないでください。	
	Xin đừng hút thuốc.	
	Не курите.	
183	**Don't speed.**	과속하지 마세요.
	请不要超速.	
	加速しないでください。	
	Xin đừng (chạy) quá tốc độ.	
	Не превышайте скорость.	
184	**Let's not go to Busan tomorrow.**	내일 부산에 가지 맙시다.
	明天我们还是不要去釜山了吧.	
	明日プサンに行かないことにしましょう。	
	Ngày mai mình đừng đi Busan.	
	Давайте мы завтра не поедем в Пусан.	
185	**Let's not make a noise.**	떠들지 맙시다.
	请不要吵闹.	
	騒がないでください。	
	Mình/Chúng ta đừng làm ồn.	
	Давайте не шуметь.	
186	**Shall we not go to Busan tomorrow?**	내일 부산에 가지 말까요?
	明天不去釜山吗?	
	明日プサンへいかないことにしましょうか?	
	Ngày mai mình đừng đi Busan nữa nhé?	
	Может не поедем в Пусан завтра?	
187	**He didn't do his best.**	그는 최선을 다하지 않았습니다.
	他没有尽全力.	
	彼は最善をつくしてありませんでした。	
	Anh ấy đã không làm hết sức mình.	
	Он не очень старался.	

188	**He couldn't keep his promise.**	그는 약속을 지키지 못했습니다.
	他没能守约定.	
	彼は約束をまもれませんでした。	
	Anh ấy đã không giữ được lời hứa.	
	Он не сдержал своего обещания.	
189	**He is not tall.**	그는 키가 크지 않습니다.
	他个子不高.	
	彼は背が高くありません。	
	Anh ấy không cao.	
	Он не высокого роста.	

190	**May I take pictures?** 可以照相吗? 写真を撮ってもいいですか? Chụp hình có được không ạ? Можно сфотографировать? / Можно фотографировать?	사진을 찍어도 됩니까?
191	**Yes, you can take a picture.** 可以，可以照相. はい、写真を撮ってもいいです。 Vâng, chụp hình cũng được. Да, можно (с)фотографировать.	예, 사진을 찍어도 됩니다.
192	**No, you can't take pictures.** 不可以，不可以照相. いいえ、写真を撮ってはいけません。 Không, không được chụp hình. Нет, нельзя фотографировать.	아니요, 사진을 찍으면 안 됩니다.
193	**Don't take a picture.** 请不要照相. 写真を撮らないでください。 Xin đừng chụp hình. Не фотографируйте.	사진을 찍지 마세요.
194	**You have to take a picture.** 你得照相。 貴方は写真を撮らなければなりません。 Phải chụp hình. Вам нужно фотографировать.	(당신은) 사진을 찍어야 합니다.
195	**You don't have to take a picture.** 不照相也没关系的. 写真を撮らなくてもいいです。 Tôi không cần chụp hình cũng được. Можно и не фотографировать.	(당신은) 사진을 안 찍어도 됩니다.

196	**May I drink alcohol?**	술을 마셔도 됩니까?
	我可以喝酒吗?	
	お酒を飲んでもいいですか?	
	Uống rượu có được không ạ?	
	Можно пить спиртные напитки?	
197	**No, you should not drink alcohol.**	아니요, 술을 마시면 안 됩니다.
	不，不可以喝酒.	
	いいえ、お酒を飲んではいけません。	
	Không, không được uống rượu.	
	Нет, нельзя пить спиртные напитки.	
198	**Don't drink alcohol.**	술을 마시지 마세요.
	请不要喝酒.	
	お酒を飲まないでください。	
	Xin đừng uống rượu.	
	Не употребляйте алкоголь.	
199	**You have to drink alcohol.**	(당신은) 술을 마셔야 합니다.
	你应该喝酒。	
	貴方はお酒を飲まなければなりません。	
	Phải uống rượu.	
	Вы должны выпить.	
200	**You don't have to drink.**	술을 안 마셔도 됩니다.
	不喝酒也可以.	
	お酒を飲まなくてもいいです。	
	Không uống rượu cũng được.	
	Можно и не употреблять алкоголь.	
201	**May I go home?**	집에 가도 됩니까?
	可以回家吗?	
	家へ帰ってもいいですか?	
	Đi về nhà có được không ạ?	
	Можно пойти (идти) домой?	

202	**You may go home.**	
	可以回家.	집에 가도 됩니다.
	家へ帰ってもいいです。	
	Đi về nhà cũng được.	
	Можете идти домой.	
203	**You should not go home.**	
	不可以回家.	집에 가면 안 됩니다.
	家へ帰ってはいけません。	
	Không được đi về nhà.	
	Нельзя уходить домой.	
204	**Don't go home.**	
	请不要回家.	집에 가지 마세요.
	家へ帰らないでください。	
	Xin đừng đi về nhà.	
	Не уходите домой.	
205	**You have to go home.**	
	你应该回家。	(당신은) 집에 가야 합니다.
	貴方は家に帰るべきです。	
	Phải đi về nhà.	
	Вы должны идти домой.	
206	**You don't have to go home.**	
	你不用回家了。	(당신은) 집에 안 가도 됩니다.
	あなたは家に行かなくてもいいです。	
	Không đi về nhà cũng được.	
	Вы можете не идти домой.	
207	**Can I open the window?**	
	可以开窗户吗?	창문을 열어도 됩니까?
	窓を開けてもいいですか?	
	Mở cửa sổ có được không ạ?	
	Можно открыть окно?	

208	**Do not open the window.**	창문을 열면 안 됩니다.
	不可以开窗户.	
	窓を開けてはいけません。	
	Không được mở cửa sổ.	
	Нельзя открывать окно.	
209	**Do not open the window.**	창문을 열지 마세요.
	请不要开窗户.	
	窓を開けないでください。	
	Xin đừng mở cửa sổ.	
	Не открывайте окно.	
210	**You have to open the window.**	(당신은) 창문을 열어야 합니다.
	你应该把窗子打开。	
	あなたは窓を開けなければなりません。	
	Phải mở cửa sổ.	
	Нужно открыть окно.	
211	**You don't have to open the window.**	창문을 안 열어도 됩니다.
	不打开窗户也行。	
	窓を開けなくてもいいです。	
	Không mở cửa sổ cũng được.	
	Можно и не открывать окно.	
212	**May I sit here?**	여기에 앉아도 됩니까?
	我可以坐这里吗	
	ここに座ってもいいですか?	
	Ngồi ở đây có được không ạ?	
	Можно здесь сесть?	
213	**You may sit here.**	여기에 앉아도 됩니다.
	可以坐这里.	
	ここに座ってもいいです。	
	Ngồi ở đây cũng được.	
	Здесь можно сесть.	

214	**You should not sit here.**	여기에 앉으면 안 됩니다.
	不可以坐这里.	
	ここに座ってはいけません。	
	Không được ngồi ở đây.	
	Здесь нельзя сидеть./ Сюда нельзя садиться.	

215	**Don't sit here.**	여기에 앉지 마세요.
	请不要坐这里.	
	ここに座らないでください。	
	Xin đừng ngồi ở đây.	
	Не садитесь здесь.	

216	**You have to sit here.**	(당신은) 여기에 앉아야 합니다.
	你应该坐这儿。	
	貴方はここに座らなければなりません。	
	Phải ngồi ở đây.	
	Я должен здесь сесть.	

217	**You don't need to sit here**	여기에 안 앉아도 됩니다.
	不坐在这里也是没有问题的	
	ここに座らなくてもいいです。	
	Không ngồi ở đây cũng được.	
	Здесь можно и не сидеть.	

218	**Can I meet him tomorrow?**	내일 그를 만나도 됩니까?
	明天可以见他吗?	
	明日彼に会ってもいいですか?	
	Có thể gặp anh ấy vào ngày mai không ạ?	
	Можно ли завтра встретиться с ним?	

219	**You can meet him tomorrow.**	내일 그를 만나도 됩니다.
	明天可以见他.	
	明日かれに会ってもいいです。	
	Ngày mai gặp anh ấy cũng được.	
	Вы можете встретиться с ним завтра.	

You can't meet him tomorrow.	
明天不可以见他.	
明日彼に会ってはいけません。	내일 그를 만나면 안 됩니다.
Ngày mai không được gặp anh ấy.	
Вы не можете встретиться с ним завтра	
Don't meet him tomorrow.	
明天请不要见他.	
明日彼に会わないでください。	내일 그를 만나지 마세요.
Xin đừng gặp anh ấy vào ngày mai.	
Не встречайтесь завтра с ним.	
You have to meet him tomorrow.	
你明天得见他。	
あなたは明日彼に会うべきだ。	(당신은) 내일 그를 만나야 합니다.
Phải gặp anh ấy vào ngày mai.	
Завтра нужно с ним встретиться. / Я должен встретиться с ним завтра.	
You don't have to meet him tomorrow.	
你明天不用见他了。	
明日彼に会わなくてもいいです。	내일 그를 안 만나도 됩니다.
Ngày mai không gặp anh ấy cũng được.	
Завтра можно и не встречаться с ним.	
Students should study hard.	
学生需要努力学习.	
学生は頑張って勉強しなければなりません。	학생은 열심히 공부해야 합니다.
Học sinh phải học hành chăm chỉ.	
Студент должен усердно учиться.	
Soldiers must protect their country.	
军人需要保守国家.	
軍人は国家を守らなければなりません。	군인은 국가를 지켜야 합니다.
Quân nhân phải bảo vệ đất nước.	
Солдат должен защищать родину (страну).	

226	**Have you ever been to Korea?**	당신은 한국에 간 적이 있습니까 (가 보았습니까)?
	你去过韩国吗?	
	あなたは韓国へ訪問したこたがありますか?	
	Bạn đã từng đi đến Hàn Quốc chưa?	
	Доводилось ли вам побывать в Корее?	
227	**I have been to Korea.**	저는 한국에 간 적이 있습니다 (가 보았습니다, 가 본 적이 있습니다).
	我去过韩国.	
	私は韓国へ訪問したことがあります。	
	Tôi đã từng đi Hàn Quốc.	
	Мне доводилось побывать в Корее раньше. / Я был(-а) в Корее раньше.	
228	**I have never been to Korea.**	저는 한국에 간 적이 없습니다.
	我没有去过韩国.	
	私は韓国へ訪問したことがありません。	
	Tôi chưa từng đi Hàn Quốc.	
	Мне не доводилось побывать в Корее.	
229	**Have you ever met the man?**	당신은 그 남자를 만난 적이 있습니까?
	你见过那个男的吗?	
	あなたは彼に会ったことがありますか?	
	Bạn đã từng gặp người con trai đó chưa?	
	Вы когда-нибудь встречались с ним раньше?	
230	**I've met the man before.**	저는 그 남자를 만난 적이 있습니다.
	我见过那个男的.	
	私は彼に会ったことがあります。	
	Tôi đã từng gặp người con trai đó.	
	Я встречался(-ась) с ним раньше.	
231	**I've never met him.**	저는 그 남자를 만난 적이 없습니다.
	我没有见过那个男的.	
	私は彼に会ったことがありません。	
	Tôi chưa từng gặp người con trai đó.	
	Я никогда с ним раньше не встречался(-ась).	

232	**I have eaten kimchi before.**	저는 김치를 먹은 적이 있습니다.
	我吃过泡菜.	
	私はキムチを食べたことがあります。	
	Tôi đã từng ăn Kimchi.	
	Мне доводилось пробовать кимчи.	
233	**I've never been on a plane.**	저는 비행기를 탄 적이 없습니다.
	我没有坐过飞机.	
	私は飛行機に乗ったことがありません。	
	Tôi chưa từng đi máy bay.	
	Я никогда раньше не летал на самолёте.	
234	**I have taken the TOPIK test.**	저는 토픽(TOPIK) 시험을 본 적이 있습니다.
	我考过韩国语能力考试(TOPIK).	
	私はTOPIK試験に受けたことがあります。	
	Tôi đã từng thi bài thi TOPIK.	
	Мне доводилось сдавать ТОПИК?	
235	**I have failed in my business before.**	저는 사업에 실패한 적이 있습니다.
	我事业失败过.	
	私は事業に失敗したことがあります。	
	Tôi đã từng thất bại trong kinh doanh.	
	Мне доводилось пережить крах бизнеса.	

236	**He made a bread for me.** 他给我做了面包. 彼は私にパンを作ってくれました。 Anh ấy đã làm bánh mì cho tôi. Он испек для меня хлеб.	그는 저에게 빵을 만들어 주었습니다.
237	**He sang a song for me.** 我给他唱了歌. 私は彼に歌を歌ってあげました。 Tôi đã hát cho anh ấy. Я спел для него песню.	저는 그에게 노래를 불러 주었습니다.
238	**He listened to my song.** 他听了我的歌曲. 彼は私の歌を聞いてくれました。 Anh ấy đã lắng nghe (giúp) bài hát của tôi. Он послушал мою песню.	그는 제 노래를 들어 주었습니다.
239	**Teacher Kim taught Korean to students.** 金老师教了学生们韩国语. キム先生は学生たちに韓国語を教えてくださいました。 Thầy Kim đã dạy tiếng Hàn cho các học sinh. Учитель Ким преподавал корейский язык студентам.	김 선생님은 학생들에게 한국어를 가르쳐 주었습니다.
240	**Father bought his daughter a motor cycle.** 爸爸给女儿买了摩托车. 父は娘にモーターサイクルを買ってあがました。 Bố đã mua xe máy cho con gái. Отец купил дочери мотоцикл.	아버지는 딸에게 오토바이를 사 주었습니다.
241	**I helped my friend.** 我帮了我的朋友. 私は友達を助けてあげました。 Tôi đã giúp bạn tôi. Я помог моему другу.	저는 제 친구를 도와 주었습니다.

242	**Mother read a book to her son.**	어머니는 아들에게 책을 읽어 주었습니다.
	妈妈给儿子读了书.	
	母は息子に本を読んであげました。	
	Mẹ đã đọc sách cho con trai.	
	Мама прочитала сыну книгу.	
243	**He lifted up my luggage.**	그는 제 짐을 들어 주었습니다.
	他帮我提了行李.	
	彼は私の荷物を運んでくれました。	
	Anh ấy đã xách giúp hành lí của tôi.	
	Он помог мне нести мой багаж. /Он помог поднять мой багаж.	
244	**People pushed my car.**	사람들은 제 차를 밀어 주었습니다.
	大家一起帮忙推了我的车.	
	人たちが私の車を押してくださいました。	
	Mọi người đã đẩy giúp xe của tôi.	
	Люди подтолкнули мою машину.	
245	**My mother cleaned my room.**	어머니는 제 방을 청소해 주었습니다.
	妈妈给我清扫了房间.	
	お母さんは私の部屋を掃除してくださいました。	
	Mẹ đã dọn dẹp giúp phòng của tôi.	
	Мама убралась в моей комнате.	

246	**Please wait a minute.** 请稍等. 少しお待ちください。 Xin đợi cho một chút. Пожалуйста, подождите минуточку.	잠깐만 기다려 주세요.
247	**Could you wait a moment?** 可以等一下吗? 少し待っていただけませんか? Vui lòng đợi cho một chút được không ạ? Не могли бы вы подождать минуточку?	잠깐만 기다려 주시겠습니까?
248	**Please write your name and email address.** 请写一下名字和电子邮箱. 名前と電子メールの住所を書いてください。 Xin hãy viết giúp tên và địa chỉ email. Напишите, пожалуйста, свое имя и адрес электронной почты.	이름과 이메일 주소를 써 주세요.
249	**Could you write your name and email address?** 可以写一下你的名字和电子邮箱吗? 名前と電子メールの住所を書いていただけませんか? Vui lòng viết tên và địa chỉ email được không ạ? Не могли бы вы написать свое имя и адрес электронной почты?	이름과 이메일 주소를 써 주시겠습니까?
250	**Please exchange 100 dollars for Korean money.** 请把一百美金换成韩币. 100ドルを韓国のお金に両替してください。 Xin hãy đổi giúp 100 đô la sang tiền Hàn Quốc. Обменяйте, пожалуйста, 100 долларов на корейские деньги.	100달러를 한국 돈으로 바꿔 주세요.
251	**Could you exchange 100 dollars for Korean money?** 可以把一百美金换成韩币吗? 100ドルを韓国のお金に両替してもらえますか? Vui lòng đổi giúp 100 đô la sang tiền Hàn Quốc được không ạ? Не могли бы вы обменять 100 долларов на корейские деньги?	100달러를 한국 돈으로 바꿔 주시겠습니까?

252	**Could you tell me again?**	다시 말씀해 주시겠습니까?
	可以重新说一遍吗?	
	もう一度話してくださいませんか?	
	Vui lòng nói lại giúp được không ạ?	
	Не могли бы вы еще раз сказать?	
253	**Could you please explain again?**	다시 설명해 주시겠습니까?
	可以重新说明一下吗?	
	もう一度説明してくださいませんか?	
	Vui lòng giải thích lại giúp được không ạ?	
	Не могли бы вы еще раз объяснить?	
254	**Could you please turn off the air conditioner?**	에어컨을/ 에어컨 좀 꺼 주시겠습니까?
	可以关掉空调吗?	
	エアコンをけしてくれませんか?	
	Vui lòng tắt điều hòa giúp được không ạ?	
	Не могли бы вы выключить кондиционер?	
255	**Could you please turn on the air conditioner?**	에어컨을/ 에어컨 좀 켜 주시겠습니까?
	可以开一下空调吗?	
	エアコンをつけてもらえますか?	
	Vui lòng bật điều hòa lên giúp được không ạ?	
	Не могли бы вы включить кондиционер?	
256	**Could you please take a picture?**	사진을/ 사진 좀 찍어 주시겠습니까?
	可以给我照一下相吗?	
	写真を撮ってくださいませんか?	
	Vui lòng chụp ảnh giúp cho được không ạ?	
	Не могли бы вы сфотографировать?	
257	**Could you lend me a ballpoint pen?**	볼펜을/ 볼펜 좀 빌려 주시겠습니까?
	可以借用一下圆珠笔吗?	
	ボールペンを借りてくださいませんか?	
	Vui lòng cho mượn bút bi được không ạ?	
	Не могли бы вы одолжить мне ручку?	

	Could you please open the door?	
	可以给我开一下门吗?	
258	門を開けていただけますか?	문을/ 문 좀 열어 주시겠습니까?
	Vui lòng mở cửa ra giúp được không ạ?	
	Не могли бы вы, пожалуйста, открыть дверь?	
	Could you please close the door??	
	可以关一下门吗?	
259	門を閉めていただけますか?	문을/ 문 좀 닫아 주시겠습니까?
	Vui lòng đóng cửa giúp được không ạ?	
	Не могли бы вы, пожалуйста, закрыть дверь?	
	Could you give me some more kimchi?	
	可以再给我点儿泡菜吗?	
260	キムチをもっともらえますか?	김치를/ 김치 좀 더 주시겠습니까?
	Vui lòng cho thêm Kimchi được không ạ?	
	Не могли бы вы, пожалуйста, дать еще кимчи?	
	Could you show me your ID?	
	可以给我看一下身份证吗?	
261	身分証明書を見せてくださいませんか?	신분증을/ 신분증 좀 보여 주시겠습니까?
	Vui lòng cho xem giấy tờ tùy thân được không ạ?	
	Не могли бы вы, пожалуйста, показать мне свое удостоверение личности?	
	Could you clean up?	
	可以给我清扫一下吗?	
262	掃除をしてくださいませんか?	청소를/ 청소 좀 해 주시겠습니까?
	Vui lòng dọn dẹp giúp cho được không ạ?	
	Не могли бы вы, пожалуйста, убраться?	
	Could you tell me the way?	
	可以告诉我一下路吗?	
263	道を教えてくださいませんか?	길을 가르쳐 주시겠습니까?
	Vui lòng chỉ đường giúp cho được không ạ?	
	Не могли бы вы, пожалуйста, показать дорогу?	

It looks like it rained last night.	어젯밤에 비가 온 것 같습니다.
昨天晚上好像下了雨了.	
昨夜、雨がふったようです。	
Có vẻ như đêm qua trời đã mưa.	
Кажется, прошлой ночью был дождь.	
It seems to be raining now.	지금 비가 오는 것 같습니다.
现在好像在下雨.	
今雨がふっているみたいです。	
Có vẻ như bây giờ trời đang mưa	
Кажется, сейчас идет дождь.	
It looks like it will rain tomorrow.	내일 비가 올 것 같습니다.
明天好像会下雨.	
明日雨がふりそうです。	
Có vẻ như ngày mai trời sẽ mưa.	
Кажется, завтра пойдет дождь.	
Sumi seems to be too busy these days.	수미는 요즘 너무 바쁜 것 같습니다.
秀美最近好像很忙.	
スミは最近忙しすぎそうです。	
Hình như dạo này Sumi đang rất bận rộn.	
Кажется, Суми в эти дни очень занята.	
It seems that many people will come to Kyoung Jin's wedding.	경진의 결혼식에 사람들이 많이 올 것 같습니다.
敬眞的结婚典礼好像会来很多人.	
ギョンジンの結婚式に大勢の人が来そうです。	
Dường như nhiều người sẽ đến đám cưới của Kyoung Jin lắm.	
Кажется, на свадьбу Кёнгджина придет много людей.	
I think this test will be difficult.	이번 시험이 어려울 것 같습니다.
这次考试好像会难.	
今回の試験は難しそうです。	
Có vẻ như bài thi lần này sẽ khó lắm.	
Кажется, этот экзамен будет сложным.	

270	**It looks like the weather will be good tomorrow.**	내일 날씨가 좋을 것 같습니다.
	明天好像是个好天气.	
	明日天気がよさそうです。	
	Có vẻ như ngày mai thời tiết sẽ tốt.	
	Кажется, завтра будет хорошая погода.	
271	**My grandmother's health seems to be bad.**	할머니의 건강이 안 좋은 것 같습니다.
	奶奶的身体好像不太好.	
	おばさんの体調が良くなさそうです。	
	Hình như sức khỏe của bà không tốt.	
	Кажется, бабушка нездорова.	
272	**The wind will blow and it will rain a lot tonight.**	오늘 밤에 바람이 불고 비가 많이 올 것 같습니다.
	今天晚上好像会刮风下很大的雨.	
	今夜風が吹き、雨がたくさん降りそうです。	
	Hình như đêm nay gió sẽ thổi và trời sẽ mưa nhiều.	
	Кажется, сегодня ночью будетдуть ветер и сильный дождь.	

273	**I haven't eaten all day today.** 我今天一整天都没吃上饭. 私は一日中ご飯を食べませんでした。 Tôi đã không thể ăn cơm suốt cả ngày hôm nay. Я весь день ничего не ел(-а).	저는 오늘 하루 종일 밥을 못 먹었습니다.
274	**You seem to be hungry.** 肚子应该很饿. お腹空いてるみたいです。 Chắc là đói bụng lắm. Вы, должно быть, голодны.	배가 고프겠습니다.
275	**I cut my hair yesterday.** 我昨天剪了头发. 私は昨日髪の毛を切りました。 Tôi đã cắt tóc hôm qua. Я вчера постригся(-лась).	저는 어제 머리를 잘랐습니다.
276	**I think you'll feel cool.** 应该很凉爽. 涼しそうです。 Chắc là mát lắm. Вы, должно быть, чувствуете состояние легкости.	시원하겠습니다.
277	**I passed this TOPIK test.** 我通过了这次韩语能力考试. 私は今回トピック試験に合格しました。 Tôi đã đậu kì thi Topik lần này. В этот раз я прошел(-а) ТОПИК.	저는 이번 토픽 시험에 합격했습니다.
278	**I think you'll feel good.** 应该很开心. 気分がよさそうです。 Chắc tâm trạng vui lắm. Должно быть, вы счастливы.	기분이 좋겠습니다.

279	**I broke up with my boyfriend yesterday.**	어제 남자 친구와 헤어졌습니다.
	昨天和男朋友分手了.	
	昨日ボーイフレンドとわかれました。	
	(Tôi) đã chia tay với bạn trai vào hôm qua.	
	Вчера я рассталась со своим парнем.	
280	**I think your heart will hurt.**	마음이 아프겠습니다.
	心里应该不是滋味.	
	心が痛そうですね。	
	Chắc là đau lòng lắm.	
	Должно быть, у вас разбито сердце.	

281	**I'm going to get married next year.** 我打算明年结婚. 私は来年結婚する予定です。するつもりです。 Tôi định kết hôn vào năm sau. Я собираюсь жениться в следующем году.	저는 내년에 결혼하려고 합니다.
282	**I'm going to study abroad in Korea next winter.** 我打算明年冬天去韩国留学. 私は来年の冬、韓国へ留学する予定です。 Tôi định đi du học ở Hàn Quốc vào mùa đông năm sau. Следующей зимой я планирую поехать учиться в Корею.	저는 내년 겨울에 한국으로 유학을 가려고 합니다.
283	**I'm going to meet my boyfriend this afternoon.** 我打算今天下午去见男朋友. 私は午後にボーイフレンドに会う予定です。 Tôi định gặp bạn trai vào chiều nay. Я собираюсь встретиться со своим парнем сегодня после обеда.	저는 오늘 오후에 남자 친구를 만나려고 합니다.
284	**I'm going to buy a car this month.** 我打算这个月买车. 私は今月車を買う予定です。 Tôi định mua xe hơi vào tháng này. Я собираюсь купить машину в этом месяце.	저는 이번 달에 차를 사려고 합니다.
285	**It is about to rain now.** 今天下午会下雨. 今雨が降りそうです。 Bây giờ trời sắp mưa. Дождь собирается.	지금 비가 오려고 합니다.
286	**The train is about to depart.** 现在火车正准备出发. 今汽車が出発しそうです。 Bây giờ tàu hỏa sắp xuất phát. Поезд сейчас собирается трогаться.	지금 기차가 출발하려고 합니다.

287	**The flowers are so pretty.**	꽃이 참 예쁘네요.
	花真漂亮.	
	花がきれいですね。	
	Hoa thật đẹp quá.	
	Какой красивый цветок!	
288	**The view is very nice.**	경치가 참 좋네요.
	景色真好.	
	景色がいいですね。	
	Cảnh trí thật đẹp quá.	
	Какой красивый пейзаж!	
289	**The weather is very cold.**	날씨가 참 춥네요.
	天气真冷.	
	天気が本当に寒いです寝。	
	Thời tiết thật lạnh quá.	
	Как холодно!	
290	**Time really flies.**	세월이 참 빠르네요.
	岁月太快.	
	時間がすごくはやいですね。	
	Năm tháng (trôi đi) thật nhanh quá.	
	Как же время летит!	
291	**This food is really delicious.**	이 음식은 정말 맛있네요.
	这个食物真是太美味了.	
	この食べ物は本当においしいですね。	
	Món ăn này thật sự ngon quá	
	Эта еда такая вкусная!	
292	**There's a new big restaurant over there.**	저기에 큰 식당이 생겼네요.
	那边开了一家大饭店.	
	あそこに大きいレストランができましたね。	
	Thì ra ở đằng kia đã xuất hiện nhà hàng lớn.	
	Вон там появился большой ресторан!	

293	**He is a Japanese, isn't he?** 他是日本人，不是吗？ 彼は日本人ですよね？ Anh ấy là người Nhật Bản đúng không? Он японец, верно?	그는 일본 사람이지요/죠?
294	**This movie is really interesting, isn't it?** 这部电影真的很有趣，不是吗？ この映画は本当に面白いですね。 Bộ phim này thật sự thú vị đúng không? Этот фильм интересный, да?	이 영화(는) 정말 재미있죠?
295	**This food is really delicious, isn't it?** 这种食物真的很好吃，不是吗？ この食べ物は本当に美味しいですよね？ Món ăn này thật sự ngon đúng không? Эта еда действительно вкусная, да?	이 음식(은) 정말 맛있죠?
296	**You can come to the language school, aren't you?** 你可以去语言学校吗？ あなたは語学学校に来ることができますね? Ngày mai (bạn) có thể đến trung tâm đúng không? Завтра (вы) сможете же прийти на курсы?	(당신은) 내일 학원에 올 수 있죠?
297	**Aren't you so busy nowadays?** 你现在不是很忙吗？ あなたは最近いそがしいですね。 Dạo này (bạn) rất bận đúng không? В эти дни (вы) очень заняты, да?	(당신은) 요즘 너무 바쁘죠?
298	**Isn't that the Incheon International Airport?** 那里是仁川机场吧？ あそこがインチョン国際空港ですね。 Đằng kia là sân bay quốc tế Incheon đúng không? Вон там Международный аэропорт «Инчон» верно?	저기가 인천국제공항이죠?

299	**He stopped in front of the bank.**	그는 은행 앞에서 섰습니다.
	他在银行前面停了下来。	
	彼は銀行の前で立ち止まった。	
	Anh ấy đã đứng ở trước ngân hàng.	
	Он остановился у банка.	
300	**He was standing in front of the bank.**	그는 은행 앞에 서 있었습니다.
	他已经站在银行前面了.	
	彼は銀行の前に立っていました。	
	Anh ấy đã đứng sẵn trước ngân hàng rồi.	
	Он стоял перед банком.	
301	**He sat in the chair.**	그는 의자에 앉았습니다.
	他坐在椅子上了.	
	彼は椅子に座りました。	
	Anh ấy đã ngồi trên ghế.	
	Он сел на стул.	
302	**He was sitting in a chair.**	그는 의자에 앉아 있었습니다.
	他坐在椅子上。	
	彼は椅子に座っていました。	
	Anh ấy đã ngồi sẵn trên ghế rồi.	
	Он сидел на стуле.	
303	**He lay on the bed.**	그는 침대에 누웠습니다.
	他躺在床上了.	
	彼はベッドに横たわりました。	
	Anh ấy đã nằm trên giường.	
	Он лёг на кровать.	
304	**He was lying on the bed.**	그는 침대에 누워 있었습니다.
	他躺在床上。	
	彼はベッドに横たわっていました。	
	Anh ấy đã nằm sẵn trên giường rồi.	
	Он лежал на кровати.	

The bowl is broken.		
碗打碎了.		
器が割れました。	그릇이 깨졌습니다.	
Cái chén đã bị vỡ.		
Тарелка разбилась.		
The bowl was broken.		
碗已经打碎了(的状态).		
器が割れていました。	그릇이 깨져 있었습니다.	
Cái chén đã bị vỡ sẵn rồi.		
Тарелка была разбита.		
The window is opened.		
窗户开了.		
窓が開きました。	창문이 열렸습니다.	
Cửa sổ đã được mở.		
Окно открылась.		
The window stayed open.		
窗户开着了.		
窓が開いていました。	창문이 열려 있었습니다.	
Cửa sổ đã được mở sẵn rồi.		
Окно было открыто.		
I wrote my name in the book.		
我在书上写了我的名字。		
本に名前を書きました。	책에 (제) 이름을 썼습니다.	
(Tôi) đã viết tên tôi lên sách.		
Я написал (своё) имя на книге.		
My name was written in the book.		
我的名字写在书上。		
本私の名前が書いてありました。	책에 제 이름이 써 있었습니다.	
Tên tôi đã được viết sẵn trên sách.		
На книге было написано имя.		

311	**He wears a red hat.** 他戴着红色的帽子。 彼は赤い帽子をかぶっている。 Anh ấy đang đội mũ (màu) đỏ. На нём красная шапка.	그는 빨간 모자를 쓰고 있습니다.
312	**He wears yellow clothes.** 他穿着黄色的衣服。 彼は黄色い服を着ています。 Anh ấy đang mặc áo (màu) vàng. Он в жёлтой одежде.	그는 노란 옷을 입고 있습니다.
313	**He carries a black bag.** 他背着一个黑色的袋子。 彼は黒いバッグを持っています。 Anh ấy đang xách cặp (màu) đen. Он держит чёрную сумку.	그는 검은 가방을 들고 있습니다.
314	**He wears a white tie.** 他戴着白领带。 彼は白いネクタイを着ています。 Anh ấy đang đeo/thắt cà vạt (màu) trắng. На нём белый галстук.	그는 흰 넥타이를 매고 있습니다.
315	**He carries a pink backpack** 他背着粉红色的背包 彼はピンクのバックパックを持っています Anh ấy đang mang balo màu hồng. У него на плечах розовый рюкзак.	그는 분홍색 배낭을 메고 있습니다.
316	**He wears a gold ring.** 他戴着金戒指。 彼は金の指輪を身に着けています。 Anh ấy đang đeo nhẫn vàng. У него золотое кольцо на пальце.	그는 금반지를 끼고 있습니다.

317	**He wears gold watch.**	그는 금시계를 차고 있습니다.
	他戴着金表。	
	彼は金の時計をつけています。	
	Anh ấy đang đeo đồng hồ vàng.	
	У него золотые часы на руках.	
318	**He wears brown shoes.**	그는 갈색 구두를 신고 있습니다.
	他穿着棕色的鞋子。	
	彼は茶色の靴を履いています。	
	Anh ấy đang mang giày màu nâu.	
	Он обут в коричневые туфли.	

319	**I decided to quit smoking.**	저는 담배를 끊기로 했습니다.
	我打算戒掉烟.	
	私はタバコを吸わないことにしました。	
	Tôi đã quyết định bỏ thuốc lá.	
	Я решил(-а) бросить курить.	
320	**I decided to lose weight this year.**	저는 올해 살을 빼기로 했습니다.
	我计划今年减肥.	
	私は今年ダイエットをすることにしました。	
	Tôi đã quyết tâm giảm cân vào năm nay.	
	Я решил(-а) сесть на диету.	
321	**I decided to study abroad next year.**	저는 내년에 유학을 가기로 했습니다.
	我打算明年去留学.	
	私は来年に留学をすることにしました。	
	Tôi đã quyết định đi du học vào năm sau.	
	Я решил(-а) в следующем году поехать учиться в за рубеж.	
322	**I decided to study abroad in Korea next year.**	저는 내년에 한국으로 유학을 가기로 했습니다.
	我打算明年去韩国留学.	
	私は来年に韓国へ留学を行くことにしました。	
	Tôi đã quyết định đi du học đến Hàn Quốc vào năm sau.	
	Я решил(-а) в следующем году поехать учиться в Корею.	
323	**We decided to get married next spring.**	우리는 내년 봄에 결혼하기로 했습니다.
	我们打算明年结婚.	
	私たちは来年の春に結婚することにしました。	
	Chúng tôi đã quyết định kết hôn vào mùa xuân năm sau.	
	Мы решили пожениться следующей весной.	
324	**I promised to meet my friend on the weekend.**	저는 주말에 친구를 만나기로 했습니다.
	我打算周末见朋友.	
	私は週末に友達に会うことにしました。	
	Tôi đã hẹn gặp bạn vào cuối tuần.	
	Я решил(-а) встретиться с другом(подругой) в эти выходные.	

325	**How long have you been learning Korean?** 你学习韩国语多久了? あなたは韓国語をどのくらい習いましたか? Bạn đã học tiếng Hàn được bao lâu rồi? Как долго ты учишь корейский?	당신은 한국어를 배운 지 얼마나 되었습니까?
326	**It has been 6 months since I learned Korean.** 我学韩国语六个月了. 私は韓国語を6ケ月習いました。 Tôi đã học tiếng Hàn được 6 tháng rồi. Я изучаю корейский 6 месяцев.	저는 한국어를 배운 지 6개월이 되었습니다.
327	**It's been a year since I came to Korea.** 我来韩国一年了. 私は韓国に来て1年になりました。 Tôi đã đến Hàn Quốc được 1 năm rồi. Прошел год с тех пор, как я приехал в Корею.	저는 한국에 온 지 1년이 되었습니다.
328	**It's been 2 years since I got married.** 我结婚两年了. 私は結婚して2年になりました。 Tôi đã kết hôn được 2 năm rồi. Я женат (замужем) 2 года.	저는 결혼한 지 2년이 되었습니다.
329	**It's passed 20 minutes since the class started.** 上课已经过了二十分钟. 授業が始めて20分すぎました。 Lớp học đã bắt đầu được 20 phút rồi. С начала урока прошло 20 минут.	수업이 시작된 지 20분이 지났습니다.
330	**It's been 100 days since I dated my boyfriend.** 我和男朋友约会已经100天了. 彼氏と付き合ってから100日が経ちました。 (Tôi) đã hẹn hò với bạn trai được 100 ngày rồi. Прошло 100 дней с тех пор, как я встречаюсь со своим парнем.	남자 친구와 사귄 지 100일이 되었습니다.

331	**How much did it cost to build this house?** 建这个房子花了多少钱? この家をたてるためにいくらかかりましたか? (Bạn) đã xây ngôi nhà này hết bao nhiêu (tiền)? Сколько стоило построить этот дом?	이 집을 짓는데 얼마나 들었습니까?
332	**It cost 100 million won to build this house.** 建这个房子，花费了一个亿. この家をたてるのに1億ウォンかかりました。 (Tôi) đã xây ngôi nhà này hết 100 triệu won. На строительство этого дома ушло 100 миллионов вон.	이 집을 짓는데 일억 원이 들었습니다.
333	**How much did it cost to buy this car?** 买这辆车花了多少钱? この車を買うのにいくらかかりましたか? (Bạn) đã mua xe hơi này hết bao nhiêu (tiền)? Во сколько обошлась покупка этой машины?	이 차를 사는데 얼마나 들었습니까?
334	**It took 20 million won to buy this car.** 买这辆车花了两千万. この車を買うのに2千万ウォンかかりました。 (Tôi) đã mua xe hơi này hết 20 triệu won. На покупку этой машины ушло 20 миллионов вон.	이 차를 사는데 이천만 원이 들었습니다.
335	**How long does it take from Seoul to Busan by express train?** 从首尔到釜山的高速铁路需要多长时间? ソウルからプサンまで高速電車でどのくらいかかりますか? Từ Seoul đến Busan bằng tàu điện cao tốc thì mất bao lâu? Сколько времени занимает дорога от Сеула до Пусана на скоростном поезде?	서울에서 부산까지 고속전철로 얼마나 걸립니까?
336	**It takes 2 hours and 40 minutes from Seoul to Busan by express train.** 从首尔到釜山坐高铁需要2小时40分钟。 ソウルからプサンまで高速電車で40分かかります。 Từ Seoul đến Busan bằng tàu điện cao tốc thì mất 2 tiếng 40 phút. Поездка на высокоскоростном поезде от Сеула в Пусан занимает 2 часа 40 минут.	서울에서 부산까지 고속전철로 2시간 40분 걸립니다.

337	**How long does it take to walk from your house to school?**	집에서 학교까지 걸어서 얼마나 걸립니까
	从家到学校需要多长时间？	
	家から学校まで歩いてどのくらいかかりますか？	
	Đi bộ từ nhà đến trường mất bao lâu?	
	Сколько времени нужно, чтобы добраться от дома до школы?	
338	**It takes 10 minutes to walk from my house to school.**	집에서 학교까지 걸어서 10분 걸립니다.
	从家走到学校需要10分钟。	
	家から学校まで歩いて10分かかります。	
	Đi bộ từ nhà đến trường mất 10 phút.	
	От дома до школы занимает 10 минут пешком.	

2. 부사어

1. 시간: 때, 전에, 후에, 동안, ~고, ~아/어서, ~면서, ~자마자, ~다가, ~부터 ~까지

2. 원인: 때문에, 덕분에, 탓에, ~아/어서, ~니까

3. 목적: 위하여, ~려고, ~러

4. 가정/조건: ~면

5. 필수조건: ~려면 ~아/어야 하다

6. 양보: ~아/어도

7. 배경, 상황: ~는데, ~은데

What did you do on vacation?	
你放假做了什么?	당신은 방학 때
あなたは休みの時なにをしましたか?	무엇을 했습니까?
Bạn đã làm gì vào kì nghỉ?	
Что вы делали на каникулах?	
I went backpacking on the vacation.	
我放假的时候去背包旅行了.	저는 방학 때
私は休みの時リュックサック旅行をしました。	배낭여행을 했습니다.
Tôi đã đi phượt vào kì nghỉ.	
На каникулах я путешествовал(-а) с одним рюкзаком.	
I listen to music when I study.	
我学习的时候听音乐.	저는 공부할 때
私は勉強するとき、音楽を聞きます。	음악을 듣습니다.
Tôi nghe nhạc khi học bài.	
Когда занимаюсь, я слушаю музыку.	
She is the most beautiful when she smiles.	
她笑的时候最漂亮.	그녀는 웃을 때
彼女は笑う顔が一番きれいです。	가장 예쁩니다.
Cô ấy đẹp nhất khi cười.	
Когда она улыбается, она самая красивая.	
I wear a mask when I go out.	
我外出的时候戴口罩.	저는 외출할 때
私は外出するときマスクをつけます。	마스크를 씁니다.
Tôi đeo khẩu trang khi ra ngoài.	
Когда я выхожу на улицу, надеваю маску.	

344	**Kyoung Jin is going to buy a house before marriage.** 敬眞打算结婚前买房子. ギョンジンは結婚の前に家を買おうとしています。 Kyoung Jin dự định mua nhà trước khi kết hôn. Кёнджин собирается купить дом перед свадьбой.	경진은 결혼 전에 집을 사려고 합니다.
345	**Sumi is planning to get TOPIK level 6 before graduation.** 秀美计划在毕业前考TOPIK6级。 スミは卒業前にTOPIK6級を取る計画です。 Sumi dự định đạt Topik cấp 6 trước khi tốt nghiệp. Суми собирается сдать 6 уровень Топика до окончания учебы.	수미는 졸업 전에 토픽 6급을 따려고 합니다.
346	**Kyung Jin always keeps a diary before going to bed.** 敬眞睡觉前，一定写日记. ギョンジンは寝る前に必ず日記を書きます。 Kyoung Jin nhất định viết nhật kí trước khi đi ngủ. Кёнгджин никогда не упускает возможность вести дневник перед сном.	경진은 자기 전에 꼭 일기를 씁니다.
347	**Eun ji wash her hands before eating.** 恩智吃饭前洗手. ウンジは食事の前に手を洗います。 Eun-Ji rửa tay trước khi ăn. Ынджи моет руки перед едой.	은지는 식사하기 전에 손을 씻습니다.

348	**I want to work for a Korean company after graduation.**	저는 졸업 후에 한국 회사에서 일하고 싶습니다.
	我毕业后想在韩国的公司工作	
	私は卒業の後、韓国の会社で働きたいです。	
	Tôi muốn làm việc ở công ty Hàn Quốc sau khi tốt nghiệp.	
	После выпуска я хотел бы работать в корейской компании.	
349	**Take this medicine after meals.**	(당신은) 식사 후에 이 약을 복용하세요.
	饭后吃这种药。	
	食事の後、この薬を飲んでください。	
	Xin hãy uống thuốc này sau khi ăn.	
	Принимайте это лекарство после еды.	
350	**This train will depart in 10 minutes.**	이 기차는 10분 후에 출발할 것입니다.
	这个火车十分钟后出发.	
	この汽車は10分後出発します。	
	Tàu lửa này sẽ xuất phát sau 10 phút nữa.	
	Этот поезд отправится через 10 минут.	
351	**Sumi drank a lot of water after exercising.**	수미는 운동한 후에 물을 많이 마셨습니다.
	秀美运动后喝了很多水.	
	スミは運動した後水をたくさん飲みました。	
	Sumi đã uống nhiều nước sau khi tập thể dục.	
	После тренировки Суми выпила много воды.	
352	**Young Min washed the dishes after eating.**	영민은 식사한 후에 설거지를 했습니다.
	永民饭后刷碗了.	
	ヨンミンは食事の後食器を洗いました。	
	Young-Min đã rửa chén sau khi dùng bữa.	
	Ёнмин вымыл посуду после еды.	

353	**My father eats and drinks coffee.** 父亲吃饭后喝咖啡. お父さんは食事の後コーヒー飲みます。 Bố dùng bữa rồi uống cà phê. Отец пьет чашку кофе после того, как поест.	아버지는 식사를 하고 커피를 마십니다.
354	**My father drinks coffee and reads the newspaper.** 父亲喝咖啡后看新闻. お父さんはコーヒーを飲んで新聞を読みます。 Bố uống cà phê rồi xem báo. Отец читает газету после того, как выпьет кофе.	아버지는 커피를 마시고 신문을 봅니다.
355	**My father reads the newspaper and goes to the company.** 父亲看完新闻去公司. お父さんは新聞を読んで出勤します。 Bố xem báo rồi đi đến công ty. Отец уходит на работу после того, как просмотрит газету.	아버지는 신문을 보고 회사에 갑니다.
356	**I cleaned up on the weekends, met friends and watched movies.** 我周末打扫卫生，见了朋友，看了电影. 私は週末に掃除をして友達にあって映画を見ました。 Tôi đã dọn dẹp rồi gặp bạn rồi xem phim vào cuối tuần. Я убирался по выходным, встречался с друзьями и смотрел фильмы.	저는 주말에 청소를 하고 친구를 만나고 영화를 보았습니다.
357	**I cleaned the weekends, met friends, and watched movies.** 我打扫周末，结识朋友，看电影。 私は週末に掃除をし、友人を出会い、映画を見ました。 Tôi đã dọn dẹp, đã gặp bạn và đã xem phim vào cuối tuần. Я убирался по выходным, встречался с друзьями и смотрел фильмы.	저는 주말에 청소를 했고 친구를 만났고 영화를 보았습니다.

358	**Sumi worked part-time at a restaurant during the summer vacation.**	수미는 여름방학 동안 식당에서 아르바이트를 했습니다.
	秀美暑假期间在食堂打工了。	
	スミは夏休みの間食堂でアルバイトをしました。	
	Sumi đã làm thêm ở nhà hàng trong suốt kì nghỉ hè.	
	Во время летних каникул Суми подрабатывал в кафе.	
359	**How long will you stay in Korea?**	당신은 얼마 동안 한국에 있을 것입니까?
	你会在韩国呆多久?	
	あなたはどのくらい韓国にいる予定ですか?	
	Bạn sẽ ở Hàn Quốc trong bao lâu?	
	Как долго вы пробудете в Корее?	
360	**I will stay in Korea for 4 years.**	저는 4년 동안 한국에 있을 것입니다.
	我会在韩国呆4年.	
	私は4年間韓国にいる予定です。	
	Tôi sẽ ở Hàn Quốc trong vòng 4 năm.	
	Я буду в Корее в течение 4-х лет.	
361	**It snowed while we were sleeping.**	우리가 자는 동안 눈이 왔습니다.
	在我们睡觉的时候下了雪.	
	私たちが寝る間雪が降りました。	
	Trong lúc chúng tôi ngủ, tuyết đã rơi.	
	Пока мы спали, шел снег.	
362	**While I was washing the dishes, my brother cleaned up.**	제가 설거지를 하는 동안 동생은 청소를 했습니다.
	在我刷碗的时候，弟弟打扫了卫生.	
	私が食器洗いをする間弟は掃除をしました。	
	Trong lúc tôi rửa chén thì em đã dọn dẹp.	
	Пока я мыл(-а) посуду, младшая сестра навела порядок.	
363	**My brother played computer games for 5 hours.**	동생은 5시간 동안 게임을 했습니다.
	弟弟打了五个小时的游戏.	
	弟は5時間ゲームをしました。	
	Em tôi đã chơi game suốt 5 tiếng đồng hồ.	
	Младший брат играл в игру 5 часов.	

364	**I met my friend last Sunday and watched a movie.** 我上周日和朋友一起看了电影。 私は先週の日曜日に友達に会って映画を見ました。 Tôi đã gặp bạn rồi xem phim vào chủ nhật tuần trước. Я в прошлое воскресенье встретившись с другом сходил в кино.	저는 지난 일요일에 친구를 만나서 영화를 보았습니다.
365	**I bought a flower and gave it to my girlfriend.** 我买了花送给女朋友了。 私は花を買って彼女にあげました。 Tôi đã mua hoa rồi tặng bạn gái. Я купил цветы и подарил их своей девушке.	저는 여자 친구에게 꽃을 사서 주었습니다.
366	**Sumi washed the apple in water and ate it.** 秀美用水洗了苹果后吃掉了. スミはりんごを水に洗って食べます。 Thảo đã rửa táo trong nước rồi ăn. Суми вымыла яблоко и съела его.	수미는 사과를 물에 씻어서 먹었습니다.
367	**Kyoung jin went to a coffee shop and met a friend.** 敬眞去在咖啡厅见了朋友. ギョンジンはカフェーに行って友達に会いました。 Kyoung Jin đã đi đến quán cà phê rồi gặp bạn. Кёнджин пошёл в кофейню и встретился там с другом.	경진은 커피숍에 가서 친구를 만났습니다.
368	**Yesterday, I went to the gym with my sister and work out.** 我昨天和姐姐一起去体育馆运动. 私は昨日姉と体育館に行って運動をしました。 Hôm qua tôi đã đi đến nhà thi đấu rồi tập thể dục cùng với chị gái. Вчера я вместе со старшей сестрой пошла в спортзал и тренировалась.	저는 어제 언니와 함께 체육관에 가서 운동을 했습니다.

369	**I study while listening to music.** 我边听音乐边学习. 私は音楽を聞きながら勉強をします。 Tôi vừa nghe nhạc vừa học bài. Я занимаюсь слушая музыку.	저는 음악을 들으면서 공부를 합니다.
370	**Sumi read a book while waiting for a friend at the coffee shop.** 秀美在咖啡厅边等朋友边读书. スミはカフェーで友達を待ちながら本を読みました。 Sumi vừa đợi bạn ở quán cà phê vừa đọc sách. Суми ожидая своего друга читал книгу в кафе.	수미는 커피숍에서 친구를 기다리면서 책을 읽었습니다.
371	**I work part-time while attending school.** 我边上学边打工. 私は学校を通いながらアルバイトをします。 Tôi vừa đi học vừa làm thêm. Я хожу в университет еще и подрабатываю.	저는 학교에 다니면서 아르바이트를 합니다.
372	**He is both a singer and an actor.** 我即是歌手又是演员. 彼は歌手でまた俳優です。 Anh ấy vừa là ca sĩ vừa là diễn viên điện ảnh. Он певец ещё и актёр.	그는 가수이면서 영화배우입니다.
373	**Do not call while driving. It is dangerous.** 不要边开车边打电话.很危险. 運転しながら電話をしないでください。あぶないです。 Xin đừng vừa lái xe vừa gọi điện thoại. Nguy hiểm. Не звоните за рулем. Это опасно.	운전하면서 전화하지 마세요. 위험합니다.

374	**As soon as I arrived home, it started to rain.** 我一到家就开始下雨了. 家に到着したら雨が降り始めました。 Ngay sau khi về đến nhà trời đã bắt đầu mưa. Как только я прибыл(-а) домой, пошел дождь.	집에 도착하자마자 비가 내리기 시작했습니다.
375	**As soon as I turned on the computer, the electricity went out.** 一开电脑就停电了. パソコンをつけたらすぐ電気がきれました。 Ngay sau khi bật máy tính thì đã mất điện. Как только я включил(-а) компьютер, отключилось электричество.	컴퓨터를 켜자마자 전기가 나갔습니다.
376	**We broke up as soon as we met.** 我们刚见面就分开了. 私たちは会ったとたん別れました。 Chúng tôi đã chia tay nhau ngay sau khi gặp gỡ. Мы не успели встретиться как тут же расстались.	우리는 만나자마자 헤어졌습니다.
377	**I'm planning to marry Sumi as soon as I graduate from college.** 我打算大学毕业后，就和秀美结婚. 私は大学校を卒業したらすぐスミと結婚するよていです。 Ngay sau khi tốt nghiệp đại học tôi định kết hôn với Sumi. Я собираюсь жениться на Суми, как только закончу университет.	저는 대학교를 졸업하자마자 수미와 결혼하려고 합니다.

	It is summer vacation from today.	
	今天开始就是暑假了.	
	今日から夏休みです。	오늘부터 여름방학입니다.
	Từ hôm nay là kì nghỉ hè.	
	С сегодняшнего дня начинаются летние каникулы.	
	It is a vacation from this Monday to next Sunday.	
	从这周一开始到下周天休假.	
	今週の月曜日から来週の日曜日まで休暇です。	이번 주 월요일부터 다음 주 일요일까지 휴가입니다.
	Từ thứ hai tuần này đến chủ nhật tuần sau là kì nghỉ.	
	Выходной с понедельника этой недели и по воскресенье следующей недели.	
	Sumi decided to study Korean hard from morning to night.	
	秀美从早上到晚上一直努力学习韩国语.	
	スミは朝から夜まで韓国語の勉強を頑張ってすることにしました。	수미는 아침부터 밤까지 한국어를 열심히 공부하기로 했습니다.
	Sumi đã quyết định học tiếng Hàn chăm chỉ từ sáng đến đêm.	
	Суми решил с утра до вечера усердно изучать корейский.	
	They worked hard from sunrise to sunset.	
	他从太阳升起到日落一直努力工作.	
	彼らは太陽が昇る時から暮れる時まで頑張って働きました。	그들은 해가 뜰 때부터 해가 질 때까지 열심히 일했습니다.
	Họ đã làm việc chăm chỉ từ lúc mặt trời mọc đến lúc mặt trời lặn.	
	Они трудились от восхода до захода солнца.	

382	**I slept while doing my homework yesterday.** 我昨天做作业的时候睡着了. 私は昨日宿題をする途中寝ました。 Hôm qua tôi làm bài tập rồi ngủ. Вчера я выполняя домашнее задание заснул(-а).	저는 어제 숙제를 하다가 잤습니다.
383	**It was raining and it stopped..** 下雨了，停了下来。 雨が降っていて止まった。 Trời đã mưa rồi tạnh. Дождь шёл и утих.	비가 오다가 그쳤습니다.
384	**I changed my iPhone to Galaxy while I was using it.** 我之前用苹果手机,后来换了盖乐世galaxy. 私はiPhoneを使っていたがギャラクシーに変えました。 Tôi dùng Iphone rồi đã đổi sang Galaxy. Я перешел на Galaxy после того, как использовал iPhone.	저는 아이폰을 쓰다가 갤럭시로 바꿨습니다.
385	**Minsu hurt his leg while playing soccer last year.** 民秀去年踢足球的时候腿受伤了. ミンスは昨年サッカーする途中足を痛めました。 Minsu đã bị thương (ở) chân khi chơi bóng đá vào năm ngoái. В прошлом году Минсу играя в футбол повредил ногу.	민수는 작년에 축구를 하다가 다리를 다쳤습니다.
386	**Youngmin shed tears while watching the movie.** 英敏看电影的时候流下了眼泪. ヨンミンは映画を見ているうちに涙が出ました。 Youngmin đã rơi nước mắt khi xem bộ phim. Ёнгмин во время просмотра фильма прослезилась.	영민은 영화를 보다가 눈물을 흘렸습니다.
387	**I had a scary dream while sleeping.** 我睡觉的时候做了噩梦. 私は悪夢を見ました。 Tôi đã mơ giấc mơ đáng sợ khi ngủ. Во сне мне приснился страшный сон.	저는 자다가 무서운 꿈을 꾸었습니다.

388	**Sumi met her friend while walking down the street.**	수미는 길을 걷다가 친구를 만났습니다
	秀美走路的时候遇到了朋友.	
	スミは歩いていて友達に合いました。	
	Sumi đã gặp bạn khi đi trên đường.	
	Суми идя по улице встретила подругу.	
389	**Eunju spilled coffee while drinking coffee.**	은주는 커피를 마시다가 (커피를) 흘렸습니다.
	恩珠喝咖啡的时候洒了（咖啡）.	
	ウンジュはコーヒーを飲みかけてこぼしました。	
	Eunju đã làm đổ cà phê khi uống.	
	Ынджу пила кофе и пролила его.	

390	**The trip was canceled because of the typhoon.** 因为台风，旅行被取消了. 台風のせいで旅行がキャンセルされました。 Vì cơn bão nên chuyến du lịch đã bị hủy. Поездка отменена по причине тайфуна.	태풍 때문에 여행이 취소되었습니다.
391	**There was a traffic accident because of the fog.** 因为大雾，出了交通事故. 霧のせいで交通事故にあいました。 Vì sương mù nên tai nạn giao thông đã xảy ra. Так как туман произошла автомобильная авария.	안개 때문에 교통사고가 났습니다.
392	**It is noisy because of the road construction.** 因为道路施工，所以很吵. 道路の工事のせいでうるさいです。 Vì thi công đường xá nên ồn ào. Шумно, так как идет строительство дороги.	도로 공사 때문에 시끄럽습니다.
393	**He got lung cancer from smoking.** 他因为吸烟，得了肺癌. 彼はたばこのせいで肺癌になりました。 Vì thuốc lá nên anh ấy đã mắc bệnh ung thư phổi. Он заболел раком легких из-за курения.	그는 담배 때문에 폐암에 걸렸습니다.

394	**I passed the TOPIK test thanks to my teacher.** 我托了老师的福，通过了韩国语能力考试. 私は先生のおかげでトピックに合格しました。 Nhờ thầy mà tôi đã đậu kì thi Topik. Благодаря учителю я сдал Топик.	저는 선생님 덕분에 토픽 시험에 합격했습니다.
395	**He succeeded in business thanks to his friend.** 他托了朋友的福，事业成功了. 彼は友達のおかげで成功しました。 Nhờ bạn bè mà anh ấy đã thành công trong kinh doanh. Благодаря другу он преуспел в бизнесе.	그는 친구 덕분에 사업에 성공했습니다.

396	**His business failed because of his friend.** 他因为朋友事业失败了. 彼は友達のせいで事業に失敗しました。 Tại vì bạn bè nên anh ấy đã thất bại trong kinh doanh. Из-за друга он потерпел неудачу в своем бизнесе.	그는 친구 탓에 사업에 실패했습니다.
397	**The airport was closed because of heavy snow.** 由于暴雪机场被封锁了. 大雪のせいで空港が閉鎖されました。 Tại vì bão tuyết mà sân bay đã bị đóng cửa. Аэропорт закрыт из-за сильного снегопада.	폭설 탓에 공항이 폐쇄되었습니다.

	원인: 동사/형용사 + ~아/어서	
398	**Nice to meet you.**	만나서 반갑습니다.
	见到你很高兴.	
	お会いできてうれしいです。	
	Rất vui được gặp bạn.	
	Рад познакомиться с вами.	
399	**I'm sorry for being late.**	늦어서 죄송합니다.
	我迟到了，非常抱歉.	
	遅くなってすみません。	
	Xin lỗi vì trễ.	
	Простите за опоздание.	
400	**I'm busy these days because I have a lot of work to do.**	저는 요즘 일이 많아서 바쁩니다.
	我最近事情很多，有点忙.	
	私は最近業務が多くていそがしいです。	
	Dạo này vì tôi nhiều việc nên bận rộn.	
	Я занят, так как в последнее время много дел.	
401	**Sumi has many friends because she has a good personality.**	수미는 성격이 좋아서 친구가 많습니다.
	秀美的性格很好，所以朋友很多.	
	隅は性格が良くて友達が多いです。	
	Vì tính cách Sumi tốt nên có nhiều bạn.	
	У Суми хороший характер, поэтому у нее много друзей.	
402	**Why do you go to the hospital?**	(당신은) 왜 병원에 갑니까?
	你为什么去医院?	
	あなたはどうして病院へいきますか?	
	Tại sao bạn đi đến bệnh viện?	
	Почему (вы) идёте в больницу?	
403	**I go to the hospital because I have a stomachache.**	(저는) 배가 아파서 병원에 갑니다.
	我肚子疼去医院。	
	私は腹が痛くて病院へ行きます。	
	Vì tôi đau bụng nên đi đến bệnh viện.	
	Я иду в больницу из-за боли в животе.	

404	**Why do you learn Korean?**	(당신은) 왜 한국어를 공부합니까?
	你为什么学习韩语？？	
	あなたはなぜ韓国語を学びますか?	
	Tại sao bạn học tiếng Hàn?	
	Почему (вы) учите корейский язык?	
405	**I study Korean because I like Korean.**	(저는) 한국어가 좋아서 한국어를 공부합니다.
	我喜欢韩语，所以学习韩语。	
	私は韓国語が良くて勉強します。	
	Vì tôi thích tiếng Hàn nên học tiếng Hàn.	
	Я учу корейский, так как он мне нравится.	
406	**Sumi studied hard so she became a scholarship student.**	수미는 열심히 공부해서 장학생이 되었습니다.
	秀美努力学习，成为了奖学金获得者。	
	スミは一生懸命勉強して奨学生になりました。	
	Vì Sumi học hành chăm chỉ nên đã trở thành học sinh nhận học bổng.	
	Суми стала стипендиатом, потому что она много училась.	
407	**Kyoung Jin became a singer because he was good at singing.**	경진은 노래를 잘해서 가수가 되었습니다.
	敬真唱歌唱得很好，成为了歌手.	
	ギョンジンは歌が上手で歌手になりました。	
	Vì Kyoung Jin hát hay nên đã trở thành ca sĩ.	
	Кёнгджин стал певцом, потому что он хорошо поёт.	

408	**Since it rains a lot, shall we go home early?**	비가 많이 오니까 일찍 퇴근할까요?
	雨下得很大，可以早点下班吗？	
	大雨だから早く退勤しましょうか？	
	Vì trời mưa lớn nên mình tan làm sớm nhé?	
	Так как идёт сильный дождь может мы пораньше пойдём с работы домой?	
409	**It rains a lot, so let's go home early.**	비가 많이 오니까 일찍 퇴근합시다.
	雨下得很大，我们早点下班吧.	
	大雨だから早く退勤しましょう。	
	Vì trời mưa lớn nên mình tan làm sớm thôi.	
	Так как идёт сильный дождь давайте пораньше уйдём с работы домой.	
410	**It's raining a lot, so go home early.**	비가 많이 오니까 일찍 퇴근하세요.
	雨下得很大，请早点下班.	
	大雨だから早く退勤してください。	
	Vì trời mưa lớn nên xin hãy tan làm sớm.	
	Так как идёт сильный дождь пораньше с работы уходите домой.	
411	**The door was open when I arrived home.**	집에 도착하니까 문이 열려 있었습니다.
	到家后，发现门开着。	
	家についたらドアが開けてました。	
	Về đến nhà mới thấy cửa đã được mở sẵn.	
	Я прибыл домой, а дверь была открыта.	
412	**There were many people when I went to the department store.**	백화점에 가니까 사람들이 많았습니다.
	去了百货商店，人很多。	
	デパートに行ったら人でいっぱいでした。	
	Đi đến trung tâm thương mại mới thấy đã có nhiều người.	
	Я пошёл в универмаг, а там было много людей.	
413	**There was no money in the bag when I opened it.**	가방을 여니까 돈이 없었습니다.
	打开包，里面没有钱。	
	カバンを開けたらお金がありませんでした。	
	Mở cặp ra mới thấy đã không có tiền.	
	Я открыл сумку, а денег не было.	

He quit smoking for his health.	그는 건강을 위해서 담배를 끊었습니다.
为了健康，他戒烟了.	
彼は健康のためにタバコをやめました。	
Anh ấy đã bỏ thuốc lá vì sức khỏe.	
Он бросил курить ради своего здоровья.	
I pray for my family every day.	저는 가족을 위해서 매일 기도합니다.
我每天为家人祈祷.	
私は家族のために毎日祈ります。	
Tôi cầu nguyện mỗi ngày vì gia đình.	
Я каждый день молюсь за свою семью.	
The soldier gave his life for the country.	그 군인은 국가를 위해서 목숨을 바쳤습니다.
那位军人为了国家献出了自己的生命.	
その軍人は国家のために命をささげました。	
Người quân nhân đó đã hiến dâng mạng sống vì đất nước.	
Тот солдат отдал жизнь за страну.	
He studied hard to make his dream come true.	그는 꿈을 이루기 위해서 열심히 공부했습니다.
他为了实现自己的梦想努力学习.	
彼は夢をかなえるために一所懸命勉強しました。	
Anh ấy đã học hành chăm chỉ để thực hiện được ước mơ.	
Он много учился для того, чтобы осуществить свою мечту.	
He worked hard to make money.	그는 돈을 벌기 위해서 열심히 일했습니다.
他为了挣钱，努力工作.	
彼はお金を稼ぐために頑張って働きました。	
Anh ấy đã làm việc chăm chỉ để kiếm tiền.	
Он много работал для того, чтобы заработать.	
He saved money hard to go on a trip abroad.	그는 해외여행을 가기 위해서 열심히 돈을 모았습니다.
他为了去海外旅游，努力攒钱.	
彼は海外旅行に行くために頑張ってお金を稼ぎました。	
Anh ấy đã tiết kiệm tiền chăm chỉ để đi du lịch nước ngoài.	
Он много копил для того, чтобы поехать в путешествие за границу.	

	He did his best to win the game.	
	他为了能够赢比赛，全力以赴.	
420	彼は競技出勝つために最前をつくしました。	그는 경기에서 이기기 위하여 최선을 다했습니다.
	Anh ấy đã làm hết sức để chiến thắng ở trận đấu.	
	Он приложил все усилия, чтобы выиграть в соревновании.	
	What do you live for?	
	你为什么活着?	
421	あなたは何のために生きていますか?	당신은 무엇을 위해서 삽니까?
	Bạn sống vì điều gì?	
	Для чего ты живешь?	
	Who do you live for?	
	你为了谁活着?	
422	あなたはだれのために生きていますか?	당신은 누구를 위하여 삽니까?
	Bạn sống vì ai?	
	Для кого ты живешь?	

423	**Why do you study Korean?** 你为什么学习韩国语? あなたはなぜ韓国語の勉強をしますか? Vì sao bạn học tiếng Hàn? Почему ты изучаешь корейский?	당신은 왜 한국어를 공부합니까?
424	**I study Korean to get a job at a Korean company.** 我为了在韩国就业，学习韩国语. 私は韓国の会社に就職するために韓国語を学びます。 Tôi học tiếng Hàn để xin việc ở công ty Hàn Quốc. Я изучаю корейский язык, чтобы устроиться на работу в корейскую компанию	저는 한국 회사에 취직하려고 한국어를 공부합니다.
425	**I study Korean to study abroad.** 我为了去韩国留学，学习韩国语. 私は留学をするために韓国語の勉強をします。 Tôi học tiếng Hàn để đi du học. Я изучаю корейский, чтобы поехать учиться за рубеж.	저는 유학을 가려고 한국어를 공부합니다.
426	**Sumi entered medical school to become a doctor.** 秀美为了成为医生，上了医大. スミは医者になるために医大に入学しました。 Sumi đã nhập học vào đại học Y để trở thành bác sĩ. Суми поступила в медицинский институт, чтобы стать врачом.	수미는 의사가 되려고 의대에 입학했습니다.
427	**He bought a gift for his wife.** 他为了妻子给她买了礼物. 彼は家内にあげるためにプレゼントを買いました。 Anh ấy đã mua quà để tặng cho vợ. Он купил подарок, чтобы подарить своей жене.	그는 아내에게 주려고 선물을 샀습니다.
428	**Kyoung Jin works out every day to lose weight.** 敬眞为了减肥，每天在运动. ギョンジンはダイエットをするために毎日運動します。 Kyoung Jin tập thể dục mỗi ngày để giảm cân. Кёнгджин каждый день занимается спортом, чтобы похудеть.	경진은 살을 빼려고 매일 운동합니다.

429	**Sumi goes to an English language school to learn English.** 秀美为了学习英语，去英语辅导班. スミは英語を習うために英語塾にかよいます。 Sumi theo học ở trung tâm tiếng Anh để học tiếng Anh. Суми посещает курсы, чтобы выучить английский.	수미는 영어를 배우러 영어학원에 다닙니다.
430	**I went to the coffee shop to meet my friend yesterday.** 我昨天为了见朋友，去了咖啡厅。 私は昨日友達にあってカフェーに行きました。 Hôm qua tôi đã đi đến quán cà phê để gặp bạn. Вчера я пошел в кофейню, чтобы встретиться со своим другом.	저는 어제 친구를 만나러 커피숍에 갔습니다.
431	**Sumi is going to the bank to withdraw money.** 秀美为了取钱，打算去银行. スミはお金を引き出すために銀行に行こうとしています。 Sumi đã đi đến ngân hàng để rút tiền. Суми собирается пойти в банк, чтобы снять деньги.	수미는 돈을 찾으러 은행에 가려고 합니다.
432	**Sumi went to the library to borrow a book yesterday.** 秀美昨天为了借书，去了图书馆. スミは昨日本を借りるために図書館に行きました。 Hôm qua Sumi đã đi đến thư viện để mượn sách. Суми вчера пошла в библиотеку, чтобы взять книгу.	수미는 어제 책을 빌리러 도서관에 갔습니다.
413	**Sumi went to the department store to buy clothes.** 秀美为了买衣服，去了百货商店. スミは服を買うためにデパートに行きました。 Mở cặp ra mới thấy đã không có tiền. Я открыл сумку, а денег не было.	수미는 옷을 사러 백화점에 갔습니다.

434	**I want to travel around the world if I earn a lot of money.**	저는 돈을 많이 벌면 세계 여행을 하고 싶습니다.
	我赚了很多钱就想去世界旅行。	
	私はお金持ちなったら世界旅行がしたいです。	
	Nếu kiếm được nhiều tiền, tôi muốn du lịch thế giới.	
	Если я много зарабатаю, я хочу поехать в путешествие по миру.	
435	**If you study hard, you will pass the exam.**	열심히 공부하면 시험에 합격할 것입니다.
	努力学习的话，就可以通过考试.	
	一生懸命勉強をすると試験に合格するでしょう。	
	Nếu học hành chăm chỉ thì sẽ vượt qua kì thi.	
	Если будете усердно учиться, то сдадите экзамен.	
436	**I sing when I feel good.**	저는 기분이 좋으면 노래를 부릅니다.
	我心情好的话，就会唱歌.	
	私は気分がいいと歌を歌います。	
	Nếu tâm trạng vui thì tôi hát.	
	Если у меня хорошее настроение, то я пою.	
437	**I can't sleep when I drink coffee.**	저는 커피를 마시면 잠이 안 옵니다.
	我喝咖啡的话，就睡不着觉.	
	私はコーヒーを飲むと眠れません。	
	Nếu tôi uống cà phê thì không ngủ được.	
	Если я выпью кофе, то я не могу уснуть.	
438	**I'm going to go to the theater when I meet my friend tomorrow.**	내일 친구를 만나면 극장에 가려고 합니다.
	明天见到朋友，打算去剧场.	
	あした友達に会ったら映画館に行くつもりです。	
	Nếu ngày mai gặp bạn thì tôi định đi đến nhà hát.	
	Если завтра я встречу друга, то собираюсь пойти в театр.	

439	**If you want to study in Korea,** **you have to pass the TOPIK test.**	한국에 유학을 가려면 토픽시험에 합격해야 합니다.
	要想去韩国留学，必须通过韩国语能力考试（TOPIK）.	
	韓国へ留学したいならトピック試験に合格しなければなりません。	
	Nếu muốn đi du học Hàn Quốc thì phải đạt kì thi Topik.	
	Чтобы учиться в Корее, вы должны сдать Топик.	
440	**You need to know the password to open this door.**	이 문을 열려면 비밀번호를 알아야 합니다.
	要想打开这道门，必须知道密码.	
	このドアを開けるためにはパスワードを知らなければなりません。	
	Nếu muốn mở cánh cửa này thì phải biết mật khẩu.	
	Вам необходимо знать пароль, чтобы открыть эту дверь.	
441	**You need a student ID** **to borrow a book from the library.**	도서관에서 책을 빌리려면 학생증이 있어야 합니다.
	要想在图书馆借书，必须有学生证.	
	図書館で本を借りるなら学生証がなければなりません。	
	Nếu muốn mượn sách ở thư viện thì phải có thẻ học sinh.	
	Чтобы взять книгу в библиотеке, нужно иметь студенческий билет.	
442	**You must have a receipt to exchange items.**	물건(상품)을 교환하려면 영수증이 있어야 합니다.
	要想交换物品，就必须有数据.	
	荷物を交換するならレシートがなければなりません。	
	Nếu muốn đổi hàng thì phải có hóa đơn.	
	Чтобы обменять товар, вы должны иметь квитанцию.	
443	**To be good at Korean, you have to like Korean.**	한국어를 잘하려면 한국어를 좋아해야 합니다.
	要想学好韩语，就必须喜欢韩语。	
	韓国語が上手になるためには韓国語がすきじゃなければなりません。	
	Nếu muốn giỏi tiếng Hàn thì phải thích tiếng Hàn.	
	Чтобы хорошо владеть корейским, он должен нравиться вам.	

444	**No matter how much I exercise, I don't lose weight.** 无论我运动多少，我都不会减肥。 いくら運動しても痩せません。 Cho dù tập thể dục đi chăng nữa thì vẫn không giảm cân. Сколько бы я ни тренировался, я не похудею.	아무리 운동해도 살이 빠지지 않습니다.
445	**No matter how much medicine I take, my cold doesn't heal.** 不管我吃多少药，我的感冒都无法治愈。 どれだけ薬を飲んでも風邪は治りません。 Cho dù uống thuốc đi chăng nữa vẫn không khỏi cảm. Сколько бы лекарства я не принимаю, моя простуда не вылечивается.	아무리 약을 먹어도 감기가 안 낫습니다.
446	**No matter how tired I am, I have to do my homework.** 不管我多么累，我都必须做功课。 どんなに疲れていても宿題をしなければなりません。 Cho dù mệt đi chăng nữa vẫn phải làm bài tập. Как бы ты ни устал, нужно сделать домашнее задание.	아무리 피곤해도 숙제를 해야 합니다.
447	**Sumi is always happy even if she doesn't have money.** 秀美就算没钱也一直很幸福。 スミはお金がなくても、常に幸せです。 Cho dù Sumi không có tiền đi chăng nữa thì vẫn luôn hạnh phúc. Тао всегда счастлив, даже если у него нет денег.	수미는 돈이 없어도 늘 행복합니다.
448	**Please come no matter how busy you are.** 再忙也一定要来。 どんなに忙しくてもぜひ来てください。 Cho dù bận đi chăng nữa (nhưng) xin hãy nhất định đến. Как бы вы не были заняты, обязательно приходите, пожалуйста.	아무리 바빠도 꼭 오세요.

449	**It's raining, but I don't have an umbrella.**	비가 오는데 (저는) 우산이 없습니다.
	下雨，我没有雨伞。	
	雨が降るのに、傘がないです。	
	Trời mưa mà tôi không có dù.	
	Дождь идёт, а зонта та нет.	
450	**I played table tennis with Sumi, and I won.**	수미와 탁구를 쳤는데 제가 이겼습니다.
	我打了秀美和乒乓球，我赢了。	
	私はスミはと卓球をした私勝ちました。	
	Đánh bóng bàn với Hằng, tôi đã thắng.	
	Играл в сумы и настольный теннис. Я выиграл.	
451	**Should I close the window because it's cold?**	추운데 창문을 닫을까요?
	太冷了关上窗户怎么样?	
	寒いですが窓を閉めましょうか?	
	Lạnh thật, đóng cửa sổ nhé?	
	Холодно же, может закрыть окно?	
452	**I'm a little busy today, should we meet next time?**	오늘은 좀 바쁜데 다음에 만날까요?
	今天有点忙下次见怎么样?	
	今日はちょっと忙しいですが次回に会いましょうか?	
	Hôm hay hơi bận, lần sau mình gặp nhé?	
	Я сегодня немного занят, может встретимся в следующий раз?	

3. 관형어, 간접화법, 존칭, 비교/최상급, 기타

453	**This apple is big.**	이 사과는 큽니다.
	这个苹果大.	
	このりんごは大きいです。	
	Quả táo này to.	
	Это яблоко большое.	
454	**This apple is as big as a watermelon.**	이 사과는 수박처럼(같이/만큼) 큽니다.
	这个苹果像西瓜一样大.	
	このりんごはすいかぐらい大きいです。	
	Quả táo này to bằng quả dưa hấu.	
	Это яблоко размером с арбуз.	
455	**This apple is bigger than a watermelon.**	이 사과는 수박보다 더 큽니다.
	这个苹果比西瓜还要大.	
	このりんごはすいかよりもっと大きいです。	
	Quả táo này to hơn quả dưa hấu.	
	Это яблоко больше арбуза.	
456	**This apple is the biggest in Korea.**	이 사과는 한국에서 가장 큽니다.
	这个苹果是韩国最大的苹果.	
	このりんごは韓国で一番大きいです。	
	Quả táo này to nhất ở Hàn Quốc.	
	Это яблоко - самое большое яблоко в Корее.	
457	**Seoul is crowded.**	서울은 복잡합니다.
	首尔很复杂.	
	ソウルは複雑です。	
	Seoul phức tạp.	
	Сеул сложен.	
458	**Seoul is as crowded as Bangkok.**	서울은 방콕처럼(같이/만큼) 복잡합니다.
	首尔像曼谷一样复杂.	
	ソウルはバンコクのほど複雑です。	
	Seoul phức tạp như Bangkok.	
	Сеул так же многолюден, как и Бангкок.	

459	**Seoul is more crowded than Cheonan.**	서울은 천안보다 더 복잡합니다.
	首尔比天安更复杂.	
	ソウルはチョンアンより複雑です。	
	Seoul phức tạp hơn Cheonan.	
	Сеул более многолюден, чем Чхонан.	
460	**Cheonan is less crowded than Seoul.**	천안은 서울보다 덜 복잡합니다.
	天安没有首尔复杂.	
	チョンアンはソウルよりふくざつではありません。	
	Cheonan ít phức tạp hơn Seoul.	
	Чхонан менее многолюден, чем Сеул.	
461	**Seoul is the most crowded city in Korea.**	서울은 한국에서 가장 복잡합니다.
	首尔在韩国最复杂.	
	ソウルは韓国で一番複雑です。	
	Seoul phức tạp nhất ở Hàn Quốc.	
	Сеул - самый многолюдный город Кореи.	
462	**Sumi is good at singing.**	수미는 노래를 잘합니다.
	秀美唱歌唱得好.	
	スミは歌が上手です。	
	Sumi hát hay.	
	Суми хорошо поет.	
463	**Sumi sings as well as a singer.**	수미는 가수처럼(같이/만큼) 노래를 잘합니다.
	秀美像歌手一样唱歌唱得好.	
	スミは歌手のように歌が上手です。	
	Sumi hát hay như ca sĩ.	
	Суми поет (так же) как певица.	
464	**Sumi sings better than a singer.**	수미는 가수보다 노래를 더 잘합니다.
	秀美比歌手唱歌唱得还要好.	
	スミは歌手より歌が上手です。	
	Sumi hát hay hơn ca sĩ.	
	Суми поет лучше певицы.	

465	**Sumi sings the best in my class.** 秀美在我们班唱歌唱得最好. スミは私たちのクラスで一番歌が上手です。 Sumi hát hay nhất trong lớp tôi. Суми поет лучше всех в нашем классе.	수미는 우리 반에서 가장 노래를 잘합니다.
466	**Sumi sings the best among the students in my class.** 秀美是我们班中唱歌唱得最好的. スミは私たちのクラスの学生の中で一番歌が上手です。 Sumi hát hay nhất trong số các học sinh lớp tôi. Суми - лучшая певица среди одноклассников.	수미는 우리 반 학생들 중에서 가장 노래를 잘합니다.
467	**I love my parents the most in the world.** 在这个世界上我最爱我的父母. 私は世界中で両親が一番好きです。 Tôi yêu bố mẹ của tôi nhất trên thế gian. Я люблю своих родителей больше всего на свете.	저는 세상에서 우리 부모님을 제일 사랑합니다.
468	**Mother's love is higher than the sky and deeper than the sea.** 母亲的爱比天还要高，比大海还要深. お母さんの愛は空より高くて、海より深いです。 Tình yêu của mẹ cao hơn bầu trời và sâu hơn biển cả. Материнская любовь выше неба и глубже моря.	어머니의 사랑은 하늘보다 더 높고 바다보다 더 깊습니다.

469	**About 20 people came to the birthday party.** 生日派对来了20位左右的人. 誕生日のパーティーに20名ぐらい来ました。 Khoảng 20 người đã đến tiệc sinh nhật. На день рождения пришло около 20 человек.	생일 파티에 20명쯤 왔습니다.
470	**It takes about 2 hours and a half by express train from Seoul to Busan.** 从首尔到釜山坐高铁需要2个小时左右. ソウルからプサンまで高速電車で2時間半ぐらいかかります Từ Seoul đến Busan (đi) bằng tàu điện cao tốc mất khoảng 2 tiếng rưỡi Дорога на скоростном поезде из Сеула в Пусан занимает около двух с половиной часов.	서울에서 부산까지 고속전철로 2시간 반쯤 걸립니다.
471	**I have learned Korean for about two months.** 我学了2个月左右的韩国语. 私は韓国語を2ケ月ぐらい学びました。 Tôi đã học tiếng Hàn khoảng 2 tháng. Я изучаю корейский почти два месяца.	저는 한국어를 두 달 정도 배웠습니다.
472	**Korea's population is about 50 million people.** 韩国人口大概5000万左右. 韓国の人口は約五千万人ぐらいです。 Dân số Hàn Quốc được khoảng 50 triệu người. Население Кореи составляет примерно 50 миллионов человек.	한국의 인구는 약 오천만 명 정도 됩니다.

	형용사, 동사 → 명사: ~는 것, ~기, ~음/ㅁ	
473	**Studying Korean is really interesting.**	한국어를 공부하는 것은 정말 재미있습니다.
	学习韩语真的很有趣。	
	韓国語の勉強することは本当におもしろいです。	
	Việc học tiếng Hàn rất thú vị.	
	Изучать корейский действительно интересно.	
474	**My younger brother likes to cook.**	제 동생은 요리하는 것을 좋아합니다.
	我的弟弟（妹妹）喜欢做料理.	
	私は弟は料理することが好きです。	
	Em tôi thích việc nấu ăn.	
	Мой младший брат любит готовить.	
475	**The easiest thing in the world is studying.**	세상에서 가장 쉬운 것은 공부하는 것입니다.
	世界上最简单的事情就是学习.	
	世界で一番易しいことは勉強することです。	
	Việc dễ nhất trên thế gian này là việc học.	
	Самое легкое дело в мире - это учиться	
476	**There are Korean speaking, listening, reading, and writing tests tomorrow.**	내일 한국어 말하기, 듣기, 읽기, 쓰기 시험이 있습니다.
	明天有韩国语口语，听力，阅读，写作考试.	
	明日韓国語のスピーキング、ヒヤリング、リーディング、ライティングの試験があります。	
	Ngày mai có bài thi nói, nghe, đọc, viết tiếng Hàn.	
	Завтра у нас будет тест по аудированию, чтению, письму и устный тест корейского языка.	
477	**There is joy and sorrow in life.**	인생에는 기쁨과 슬픔이 있습니다.
	人生有快乐，有悲伤.	
	人生には喜びと悲しみがあります。	
	Cuộc sống có niềm vui và nỗi buồn.	
	В жизни бывает радость и печаль.	

478	**Please cut my hair short.**	머리를 짧게 잘라 주세요.
	请给我剪个短发.	
	髪を短く切ってください。	
	Xin hãy cắt tóc ngắn giúp cho.	
	Пожалуйста, подстригите мои волосы коротко.	
479	**That store sells clothes cheaply.**	저 가게는 옷을 싸게 팝니다.
	那家店衣服卖得便宜.	
	あの店は服を安く売っています。	
	Cửa hàng kia bán áo rẻ.	
	Тот магазин продает одежду дешево.	
480	**Enjoy your meal.**	맛있게 드세요.
	请慢用	
	美味しく食べてください。	
	Chúc ngon miệng.(Xin hãy ăn ngon miệng).	
	Приятного аппетита.	
481	**I enjoyed the meal.**	맛있게 먹었습니다.
	我吃完了	
	こちそうさまでした。	
	Tôi đã ăn ngon miệng.	
	Вкусно поел. / С удовольствием поел.	
482	**Have a good rest.**	편히 쉬세요.
	好好休息.	
	ゆっくり休んでください。	
	Xin hãy nghỉ ngơi thoải mái.	
	Наслаждайтесь отдыхом.	
483	**Be quiet.**	조용히 하세요.
	请安静.	
	静かにしてください。	
	Xin hãy giữ im lặng.	
	Будьте потише.	

484	**He likes me.** 我喜欢他。 彼は私が好きです。 Anh ấy thích tôi. Он нравиться мне.	그는 제가 좋습니다.
485	**He likes me.** 他喜欢我。 彼は私のことが好きです。 Anh ấy thích tôi. Он нравиться мне.	그는 저를 좋아합니다.
486	**I hate him.** 我讨厌他. 私は彼のことがきらいです。 Tôi không thích anh ấy. Я ненавижу его.	저는 그가 싫습니다.
487	**I hate him.** 我讨厌他. 私は彼のことがきらいです。 Tôi không thích anh ấy. Я ненавижу его.	저는 그를 싫어합니다.
488	**I'm afraid of snakes.** 我怕蛇. 私は蛇が怖いです。 Tôi sợ rắn. Я боюсь змей.	저는 뱀이 무섭습니다.
489	**I'm afraid of snakes.** 我害怕蛇. 私は蛇を怖がっています。 Tôi sợ rắn. Я боюсь змей.	저는 뱀을 무서워합니다.

	It's getting hot.	
	天气变热了.	
	天気が暑くなりました。	날씨가 더워졌습니다.
	Thời tiết đã trở nên nóng hơn.	
	Погода стала жарче.	
	It became cold after it rained.	
	雨后天气变冷了.	
	雨が降ったあとに天気が寒くなりました。	비가 온 후에 날씨가 추워졌습니다.
	Sau khi trời mưa thời tiết đã trở nên lạnh hơn.	
	После дождя стало похолодало.	
	I fell in love with the man.	
	我喜欢上了那个男人。	
	私は彼のことが好きになりました。	저는 그 남자가 좋아졌습니다.
	Tôi đã trở nên thích anh ấy hơn.	
	Мне стал нравиться тот мужчина.	
	The economy has gotten worse these days.	
	最近变得不太景气.	
	最近景気が悪くなりました。	요즘 경기가 나빠졌습니다.
	Dạo này kinh tế đã trở nên xấu dần.	
	В последнее время экономика ухудшилось.	
	My grades improved because I studied hard.	
	努力学习，成绩变好了.	
	一生懸命勉強して成績がよくなりました。	열심히 공부해서 성적이 좋아졌습니다.
	Vì học hành chăm chỉ nên thành tích đã trở nên tốt hơn.	
	Так как я усердно занимался моя успеваемость улучшилась.	

495	**I have come to love football.**	저는 축구를 좋아하게 되었습니다.
	我喜欢上了足球.	
	私はサッカーが好きになりました。	
	Tôi đã trở nên thích bóng đá hơn.	
	Я полюбил футбол.	
496	**I became healthy by exercising every day.**	저는 매일 운동하면서 건강하게 되었습니다.
	我每天运动后，变得健康了.	
	私は毎日運動をして健康になりました。	
	Mỗi ngày tập thể dục, tôi đã trở nên khỏe mạnh hơn.	
	Я тренировался каждый день и стал здоровым.	
497	**I was hospitalized because of a traffic accident.**	저는 교통사고로 입원하게 되었습니다.
	我因为交通事故，入院了.	
	私は交通事故で入院することになりました。	
	Tôi (buộc) phải nhập viện vì tai nạn giao thông	
	Я был(-а) госпитализирован(-а) из-за автомобильной аварии.	
498	**It has been decided to go back to Korea next week.**	저는 다음 주에 한국으로 가게 되었습니다.
	我下周将要去韩国.	
	私は来週韓国へ帰ることになりました。	
	Tuần sau tôi (buộc) phải đi Hàn Quốc.	
	На следующей неделе я еду (вынужден поехать) в Корею.	

499	**There is milk in the refrigerator.** 冰箱里有牛奶. 冷蔵庫に牛乳があります。 Trong tủ lạnh có sữa. В холодильнике есть молоко.	냉장고에 우유가 있습니다.
500	**There is only milk in the refrigerator.** 冰箱里面，只有牛奶. 冷蔵庫に牛乳だけあります。 Trong tủ lạnh chỉ có sữa. В холодильнике есть только молоко.	냉장고에 우유만 있습니다.
501	**There is nothing except milk in the refrigerator.** 冰箱里面除了牛奶，什么都没有. 冷蔵庫に牛乳しかありません。 Trong tủ lạnh không có gì ngoài sữa. В холодильнике кроме молока ничего нет.	냉장고에 우유밖에 없습니다.
502	**Only I work out in the morning.** 只有我早上运动. 私だけ朝運動をします。 Chỉ mình tôi tập thể dục vào buổi sáng. Утром тренируюсь только я.	저만 아침에 운동을 합니다.
503	**I work out only in the morning.** 我只在早上运动. 私は朝だけ運動します。 Tôi tập thể dục chỉ vào buổi sáng. Я тренируюсь только утром.	저는 아침에만 운동을 합니다.
504	**I do nothing but work out in the morning.** 我早上就做运动. 私は朝に運動だけします。 Tôi chỉ tập thể dục vào buổi sáng. Утром я занимаюсь только тренирками.	저는 아침에 운동만 합니다.

505	**Only Kyoung Jin likes Sumi.** 只有敬眞喜欢秀美. ギョンジンだけスミが好きです。 Chỉ có Kyoung Jin thích Sumi. Только Кёнджин любит Суми.	경진만 수미를 좋아합니다.
506	**Kyoung Jin likes only Sumi.** 敬眞只喜欢秀美. ギョンジンはスミだけ好きです。 Kyoung Jin chỉ thích Sumi. Кёнджину нравится только Суми.	경진은 수미만 좋아합니다.
507	**You're the only one in my heart.** 在我心里只有你一人. 私の心にはあなただけです。 Trong lòng tôi chỉ có bạn. В моем сердце есть только ты.	제 마음에는 당신만 있습니다.
508	**I have none except you in my heart.** 在我心里除了你没别人. 私の心にはあなたしかありません。 Trong lòng tôi không có ai ngoài bạn. В моем сердце нет никого, кроме тебя.	제 마음에는 당신밖에 없습니다.
509	**Only you know my mind.** 只有你了解我的心. ただあなただけが私の心を知っています。 Chỉ có mình bạn hiểu lòng tôi. Только ты знаешь мое сердце.	오직 당신만이 제 마음을 압니다.

510	**He works out every morning.** 他每天早上/每天早上运动. 彼は毎朝運動をします。 Anh ấy tập thể dục vào mỗi buổi sáng. Он тренируется каждое утро/ по утрам.	그는 아침마다(매일 아침) 운동을 합니다.
511	**He always smiles.** 他经常笑. 彼は常に笑います。 Anh ấy luôn luôn cười. Он всегда улыбается.	그는 항상 웃습니다.
512	**He often goes to the coffee shop.** 他经常去咖啡厅. 彼はしばしばカフェーに行きます。 Anh ấy thường xuyên đi đến quán cà phê. Он часто ходит в кофейню.	그는 자주 커피숍에 갑니다.
513	**He sometimes goes to the beach.** 他偶尔去海边. 彼は時々海辺に行きます。 Anh ấy thỉnh thoảng đi biển. Он иногда ходит на пляж.	그는 가끔 해변에 갑니다.

514	**There are four students in the classroom.**	교실에 학생이 네 명 있습니다. (교실에 학생 네 명이 있습니다.)
	在教室有四位学生.	
	教室に学生が四人います。	
	Trong lớp học có 4 người học sinh.	
	В классе четыре ученика.	
515	**There are two apples in the refrigerator.**	냉장고에 사과가 두 개 있습니다.
	冰箱里有两个苹果.	
	冷蔵庫にりんごが二つあります。	
	Trong tủ lạnh có 2 quả táo.	
	В холодильнике есть два яблока.	
516	**There is a dog in the house.**	집에 개가 한 마리 있습니다.
	家里有一只狗.	
	家に犬が一匹います。	
	Ở nhà có 1 con chó	
	Дома есть одна собака.	
517	**Please give me a piece of paper.**	종이 한 장 주세요.
	请给我一张纸.	
	紙一枚ください。	
	Xin hãy cho một tờ giấy.	
	Дайте, пожалуйста, мне листок бумаги.	
518	**Kyoung Jin drank two bottles of beer.**	경진은 맥주를 두 병 마셨습니다.
	敬真喝了两瓶啤酒.	
	ギョンジンはビールを二本飲みました。	
	Kyoung Jin đã uống hai chai bia.	
	Кёнджин выпил две бутылки пива.	
519	**Please give me a cup of water.**	물 한 컵 주세요.
	请给我一杯水.	
	水一杯ください。	
	Xin hãy cho (tôi) một ly nước.	
	Дайте, пожалуйста, мне стакан воды.	

520	**A cup of coffee, please.**	커피 한 잔 주세요.
	请给我一杯咖啡.	
	コーヒー一杯ください。	
	Xin hãy cho (tôi) một ly cà phê.	
	Дайте, пожалуйста, мне чашку кофе.	
521	**There are five planes at the airport.**	공항에 비행기가 다섯 대 있습니다.
	机场里有五架飞机.	
	空港に飛行機が五台あります。	
	Có 5 chiếc máy bay ở sân bay.	
	В аэропорту стоят пять самолетов.	
522	**There is a ship in the sea.**	바다에 배가 한 척 있습니다.
	海上有一艘船.	
	海に船が一艘あります。	
	Có 1 chiếc thuyền trên biển.	
	В море стоит (один) корабль.	
523	**There are ten trees in the garden.**	정원에 나무가 열 그루 있습니다.
	庭院里有十棵树.	
	庭に木が十本あります。	
	Có 10 cái cây trong vườn.	
	В саду (есть) десять деревьев.	
524	**He gave me a flower.**	그는 나에게 꽃 한 송이를 주었습니다.
	他给了我一枝花.	
	彼は私に一輪の花をあげました。	
	Anh ấy đã tặng cho tôi 1 bông hoa.	
	Он подарил мне (один) цветок.	
525	**I gave him a bunch of flowers.**	저는 그에게 꽃 한 다발을 주었습니다.
	我给了他一束花.	
	私は彼に花束をあげました。	
	Tôi đã tặng cho anh ấy 1 bó hoa.	
	Я подарила ему букет цветов.	

526	**I'm going to watch two movies this weekend.**	저는 이번 주말에 영화를 두 편 보려고 합니다.
	我打算这周末看两部电影.	
	私は今週末に映画を2編見ようとしています。	
	Tôi định xem 2 bộ phim vào cuối tuần này.	
	Я собираюсь посмотреть два фильма в эти выходные.	
527	**I have three pairs of shoes at home.**	집에 구두가 세 켤레 있습니다.
	家里有三双皮鞋.	
	家に靴が三足あります。	
	Có 3 đôi giày ở nhà.	
	У меня дома три пары обуви.	
528	**He bought a suit in Hoian.**	그는 호이안에서 양복 한 벌을 맞추었습니다.
	他在会安买了一套西装。	
	彼はホイアンでスーツを買った。	
	Anh ấy mua một bộ đồ ở Hội An.	
	Он купил костюм в Хойане.	

529	**I know her.** 我知道她. 私は彼女を知っています。 Tôi biết cô ấy. Я знаю её.	저는 그녀를 압니다.
530	**What are you making now?** （你）在做什么? あなたは今何を作りますか? Bây giờ đang làm gì vậy? Что (вы) делаете сейчас?	(당신은) 지금 무엇을 만듭니까?
531	**He sells vegetables and fruits at the market.** 他在市场卖蔬菜和水果. 彼は市場で野菜とくだものを売ります。 Anh ấy bán rau và trái cây ở chợ. Он продает овощи и фрукты на рынке.	그는 시장에서 야채와 과일을 팝니다.
532	**The children play in the park.** 孩子们在公园里面玩耍. 子供たちが公園で遊びます。 Những đứa trẻ chơi đùa ở công viên. Дети играют в парке.	아이들이 공원에서 놉니다.
533	**I live in Seoul.** 我在首尔生活. 私はソウルで暮します。 Tôi sống ở Seoul. Я живу в Сеуле.	저는 서울에(서) 삽니다.

534	**My heart was broken**	저는 마음이 아팠습니다.
	我很心痛	
	私は心が痛かったです。	
	Tôi đã đau lòng.	
	У меня болела душа.	
535	**I was very happy to meet my hometown friend.**	저는 고향 친구를 만나서 너무 기뻤습니다.
	我很开心见到了家乡的朋友.	
	私はふるさとの友達にあって本当にうれしかったです。	
	Vì gặp bạn cùng quê nên tôi đã rất vui.	
	Я был очень счастлив встретив своего земляка.	
536	**I couldn't exercise last week because I was busy.**	저는 지난주에 바빠서 운동을 할 수 없었습니다.
	我上周太忙了，没有办法运动.	
	私は先週忙しくて運動ができませんでした。	
	Tuần trước vì rất bận nên tôi đã không thể tập thể dục.	
	На прошлой неделе я не мог тренироваться, потому что был занят.	
537	**I wrote a letter to her.**	저는 그녀에게 편지를 썼습니다.
	我给她写了一封写.	
	私は彼女に手紙を書きました。	
	Tôi đã viết thư cho cô ấy.	
	Я написал ей письмо.	
538	**The clothes were too big.**	옷이 너무 컸습니다.
	衣服太大了.	
	服が大きすぎました。	
	Áo quá rộng.	
	Одежда была слишком большой.	

539	**She had his hair cut.** 那个女生剪了头发. 彼女は髪を切りました。 Cô ấy đã cắt tóc. Она постриглась.	그녀는 머리를 잘랐습니다.
540	**He was different from the average person.** 他和普通人不一样. 彼は平凡な人とは違いました。 Anh ấy khác với người bình thường. Он отличался от обычного человека.	그는 보통 사람과 달랐습니다.
541	**He sang in the karaoke room.** 他在练歌房唱了歌. 彼はカラオケで歌を歌いました。 Anh ấy đã hát ở quán karaoke. Он пел в караоке-зале.	그는 노래방에서 노래를 불렀습니다.
542	**He was faster than me.** 他比我快. 彼は私より早かったです。 Anh ấy đã nhanh hơn tôi. Он был быстрее меня.	그는 나보다 빨랐습니다.
543	**She chose a pretty dress.** 她选了漂亮的衣服. 彼女はきれいな服を選びました。 Cô ấy đã chọn áo đẹp. Она выбрала красивую одежду.	그녀는 예쁜 옷을 골랐습니다.

544	**It was so hot yesterday.**	어제는 너무 더웠습니다.
	昨天太热了.	
	昨日はすごく暑かったです。	
	Hôm qua trời đã rất nóng.	
	Вчера было так(очень) жарко.	
545	**Kimchi was a bit spicy.**	김치는 약간 매웠습니다.
	泡菜稍微有些辣.	
	キムチは少し辛かったです。	
	Kimchi hơi cay.	
	Кимчи было немножко острым.	
546	**He helped me.**	그는 저를 도와주었습니다.
	他帮助了我.	
	彼は私を助けてくれました。	
	Anh ấy đã giúp đỡ tôi.	
	Он помог мне.	
547	**He wore a hanbok.**	그는 한복을 입었습니다.
	他穿了韩服.	
	彼はハンボクを着ました。	
	Anh ấy đã mặc Hanbok.	
	Он одел ханбок.	
548	**I think the classroom will be narrow because there are many students.**	학생이 많아서 교실이 좁을 것 같습니다.
	学生太多教室太窄了.	
	学生が多くて教室が狭そうです。	
	Vì học sinh nhiều nên dường như phòng học sẽ hơi chật.	
	Похоже в классе будет тесно, потому что много студентов.	

549	**He asked me for my name.**	그는 나에게 이름을 물었습니다.
	他问了我的名字.	
	彼は私に名前を尋ねました。	
	Anh ấy đã hỏi tên tôi.	
	Он спросил у меня моё имя.	
550	**I've heard her voice before.**	저는 그녀의 목소리를 들은 적이 있습니다.
	我听过她的声音.	
	私は彼女の声を聞いたことがあります。	
	Tôi đã từng nghe qua giọng nói của cô ấy.	
	Я слышал её голос раньше.	
551	**He goes to school by walk.**	그는 걸어서 학교에 갑니다.
	他走着去学校.	
	彼は歩いて学校へ行きます。	
	Anh ấy đi bộ đến trường.	
	Он ходит в школу пешком.	
552	**He closed the door.**	그는 문을 닫았습니다. ※ 닫다, 받다, 믿다, 묻다
	他关了门. ※ 关，接，相信，（问，埋）	
	彼はドアを閉めました。	
	Anh ấy đã đóng cửa.	
	Он закрыл дверь.	
553	**He trusted me.**	그는 저를 믿었습니다.
	他相信了我.	
	彼は私のことを信じました。	
	Anh ấy đã tin tôi.	
	Он мне верил / доверял.	
554	**I got a gift from my boyfriend.**	저는 남자 친구에게(서) 선물을 받았습니다.
	我从男朋友那收到了礼物.	
	私は彼からプレゼントをもらいました。	
	Tôi đã nhận quà từ bạn trai.	
	Я получила подарок от своего парня.	

555	**He cooked rice.**	그는 밥을 지었습니다.
	他做了饭.	
	彼はご飯を炊きました	
	Anh ấy đã nấu cơm.	
	Он сварил рис.	
556	**I recovered from my illness thanks to my doctor.**	저는 의사 선생님 덕분에 병이 나았습니다.
	托医生的福，我的病好了。	
	私は医者先生のおかげで病が治りました。	
	Nhờ bác sĩ mà bệnh (tôi) đã đỡ hơn nhiều.	
	Я вылечился от болезни благодаря врачу.	

557	**My mother is cooking.** 母亲在做料理. 母親が料理をなさっています。 Mẹ nấu ăn. Мама готовит.	어머니께서 요리를 하십니다.
558	**My grandmother is eating a meal.** 奶奶在吃饭. お祖母さんが食事を召し上がっています。 Bà đang dùng bữa. Бабушка ест.	할머니께서 진지를 드시고 계십니다.
559	**I gave my mother a gift.** 我给了母亲礼物. 私は母親にプレゼントをさしあげました。 Tôi đã biếu quà cho mẹ. Я сделал(-а) маме подарок.	저는 어머니께 선물을 드렸습니다.
560	**My mother gave me a gift.** 母亲给了我礼物. 母親は私にプレゼントをくださいました。 Mẹ đã tặng quà cho tôi. Моя мама подарила мне подарок.	어머니께서는 저에게 선물을 주셨습니다.
561	**The boss told the employees.** 社长对职员们讲了话. 社長は社員たちにおっしゃいました。 Giám đốc đã nói với nhân viên. Директор сказал сотрудникам.	사장님께서 직원들에게 말씀하셨습니다.
562	**My great-grandmother passed away this morning.** 今天早上曾祖母去世了. 今朝曽祖母がお隠れになりました。 Sáng hôm nay bà cố đã qua đời. Сегодня утром скончалась моя прабабушка.	오늘 아침에 증조할머니께서 돌아가셨습니다.

563	**My parents are hometown now.** 我的父母现在在家乡. 私の両親は今故郷にいらっしゃいます。 Bố mẹ tôi bây giờ đang ở quê. Мои родители сейчас в родном городе.	제 부모님은 지금 고향에 계십니다.
564	**My grandfather is sleeping.** 爷爷在睡觉. お祖父さんはお休みになさっています。 Bà đang ngủ. Дедушка спит.	할아버지께서 주무시고 계십니다.
565·	**I am going to meet my teacher tomorrow.** 我打算明天去见老师. 私は明日先生に謁する予定です。 Ngày mai tôi định sẽ gặp thầy. Я собираюсь навестить моего учителя завтра.	저는 내일 선생님을 뵈려고 합니다.
566	**My grandmother is sick these days.** 最近奶奶身体不适. 最近お祖母さんの具合いが悪いです。 Dạo này bà không khỏe. Моя бабушка сейчас больна.	요즘 할머니께서 편찮으십니다.
567	**I took my grandmother to the hospital.** 我带奶奶去了医院. 私はお祖母さんに随従して病院へ行きました。 Tôi đã đưa bà đi đến bệnh viện. Я повез(-ла) бабушку в больницу.	저는 할머니를 모시고 병원에 갔습니다.
568	**Boss, congratulations on your son's marriage.** 社长，恭喜您儿子结婚. 社長、ご子息の結婚をおめでとうございます。 Thưa giám đốc, chúc mừng đám cưới của con trai ngài. Уважаемый директор, поздравляю вашего сына с женитьбой.	사장님, 아드님의 결혼을 축하합니다.

Sumi said, "The weather is too hot."	
秀美说"天气太热."	수미는
スミは"天気がすごく暑いです"と言いました。	"날씨가 너무 덥습니다."라고
Sumi đã nói: "Trời nóng quá"	했습니다.
Суми сказала: «Очень жарко».	
Sumi said the weather was too hot.	
秀美说天气太热了.	
スミは天気がすごく暑いと言いました。	수미는 날씨가
Sumi đã nói rằng trời nóng quá.	너무 덥다고 했습니다.
Суми сказала, что очень жарко.	
Sumi said the weather was too hot.	
秀美说天气太热.	
スミは天気がすごく暑いと言いました。	수미는 날씨가
Sumi đã nói rằng trời nóng quá.	너무 덥대요.
Суми говорит, что очень жарко.	
Sumi said, "I am an office worker.""	
秀美说"我是公司职员."	수미는
スミは"私は会社員です。"と言いました。	"저는 회사원입니다."라고
Sumi đã nói: "Tôi là nhân viên công ty".	했습니다.
Суми сказала: «Я - сотрудник компании».	
Sumi said she was an office worker.	
秀美说自己是公司职员.	
スミは自分が会社員だと言いました。	수미는 자신이
Sumi đã nói rằng mình là nhân viên công ty.	회사원이라고 했습니다.
Суми сказала, что она сотрудник компании.	
Sumi said she was an office worker.	
秀美说自己是公司职员.	
スミは自分が会社員だと言いました。	수미는 자신이 회사원이래요.
Sumi đã nói rằng mình là nhân viên công ty.	
Суми говорит, что она сотрудник компании.	

575	**Sumi said to me, "Come quickly."**	수미는 저에게
	秀美对我说，"快来."	"빨리 오세요."라고 했습니다.
	スミは私に"早く来てください"と言いました。	
	Sumi đã nói với tôi: "Xin hãy đến nhanh lên".	
	Суми сказала мне: «Скоре иди сюда».	

576	**Sumi told me to come quickly.**	수미는 저에게
	秀美说，让我快点来.	빨리 오라고 했습니다.
	スミはわたしに早く来てほしいと言いました。	
	Sumi đã bảo tôi đến nhanh lên.	
	Суми велела мне прийти поскорее.	

577	**Sumi told me to come quickly.**	수미는 저에게 빨리 오래요.
	秀美说，让我快点来.	
	スミはわたしに早く来てほしいと言いました。	
	Sumi đã bảo tôi đến nhanh lên.	
	Суми велит мне прийти поскорее.	

578	**Sumi asked me, "What time are you coming tomorrow?"**	수미는 저에게
	秀美问我，"明天几点来?"	"내일 몇 시에 옵니까?"라고 물었습니다.
	スミは私に"明日何時に来ますか?"と尋ねました。	
	Sumi đã hỏi tôi: "Ngày mai đến lúc mấy giờ vậy?"	
	Суми спросила меня: «В какое время ты завтра придешь?»	

579	**Sumi asked me what time I'm coming tomorrow.**	수미는 저에게
	秀美问我明天几点来.	내일 몇 시에 오냐고 물었습니다.
	スミは私に明日何時に来るのか尋ねました。	
	Sumi đã hỏi tôi rằng ngày mai đến lúc mấy giờ.	
	Суми спросила, в какое время я приду завтра.	

580	**Sumi asked me what time I'm coming tomorrow.**	수미는 저에게
	秀美问我明天几天来.	내일 몇 시에 오냬요.
	スミは私に明日何時に来るのか尋ねました。	
	Sumi đã hỏi tôi rằng ngày mai đến lúc mấy giờ.	
	Суми спросила, в какое время я приду завтра.	

581	**Sumi told me, "Don't drink alcohol."**	수미는 저에게 "술을 마시지 마세요."라고 했습니다.
	秀美对我说:"不要喝酒."	
	スミは私に"お酒を飲まないでください。" と言いました。	
	Sumi đã nói với tôi: "Xin đừng uống rượu".	
	Суми сказала мне: «Не пей алкоголь».	

582	**Sumi told me not to drink alcohol.**	수미는 저에게 술을 마시지 말라고 했습니다.
	秀美说不让我喝酒.	
	スミは私にお酒を飲まないでほしいと言いました。	
	Sumi đã bảo tôi đừng uống rượu nữa.	
	Суми посоветовал мне не пить алкоголь.	

583	**Sumi told me not to drink alcohol.**	수미는 저에게 술을 마시지 말래요.
	秀美说不让我喝酒.	
	スミは私にお酒を飲まないでほしいと言いました。	
	Sumi đã bảo tôi đừng uống rượu nữa.	
	Суми говорит мне не пить алкоголь.	

584	**Sumi said to me, "Let's get married."**	수미는 저에게 "결혼합시다."라고 했습니다.
	秀美对我说:"我们结婚吧."	
	スミは私に " 結婚しましょう。 " と言いました。	
	Sumi đã nói với tôi: "Chúng mình kết hôn thôi".	
	Суми сказала мне: «Давай поженимся».	

585	**Sumi asked me to marry her.**	수미는 저에게 결혼하자고 했습니다.
	秀美说我们结婚吧。	
	スミは私に結婚してほしいと言いました。	
	Sumi đã bảo tôi hãy cùng kết hôn.	
	Суми предложила мне жениться на ней.	

586	**Sumi asked me to marry her.**	수미가 저에게 결혼하재요.
	秀美说我们结婚吧。	
	スミは私に結婚してほしいと言いました。	
	Sumi đã bảo tôi hãy cùng kết hôn.	
	Суми предлагает мне жениться на ней.	

587	**This is the book that I read.** 这是我读过的书. これは私が読んだ本です。 Cái này là sách tôi đã đọc. Это книга, которую я прочитал.	이것은 제가 읽은 책입니다.
588	**This is the book I read.** 这是我正在读的书. これは私が読んでいる本です。 Cái này là sách tôi đang đọc. Это книга, которую я читаю.	이것은 제가 읽는 책입니다.
589	**This is the book I will read.** 这是我将要读的书. これは私がこれから読む本です。 Cái này là sách tôi sẽ đọc. Это книга, которую я прочту.	이것은 제가 읽을 책입니다.
590	**Sumi bought clothes at the department store yesterday.** 秀美昨天在百货店买了衣服. スミは昨日デパートで服を買いました。 Hôm qua Sumi đã mua áo ở trung tâm thương mại. Вчера Суми купила одежду в универмаге.	수미는 어제 백화점에서 옷을 샀습니다.
591	**Sumi with long hair bought clothes at the department store yesterday.** 长头发的秀美，昨天在百货店买了衣服. 髪が長いスミは昨日デパートで服を買いました。 Hôm qua Sumi tóc dài đã mua áo ở trung tâm thương mại. Длинноволосая Суми вчера купила одежду в универмаге.	머리가 긴 수미는 어제 백화점에서 옷을 샀습니다.

592	**Sumi bought clothes at the department store yesterday when it rained a lot.** 秀美在雨下得很大的昨天，在百货商店买了衣服. スミは雨がたくさん降った昨日、デパートで服を買いました。 Hôm qua trời mưa nhiều, Sumi đã mua áo ở trung tâm thương mại. Суми вчера, в дождливый день, в универмаге купила одежду.	수미는 비가 많이 온 어제 백화점에서 옷을 샀습니다.
593	**Sumi bought clothes at the department store next to the station yesterday.** 秀美昨天在车站旁边的百货商店买了衣服. スミは昨日駅の横にあるデパートで服を買いました。 Hôm qua Sumi đã mua áo ở trung tâm thương mại bên cạnh ga tàu. Вчера Суми купила одежду в универмаге рядом с вокзалом.	수미는 어제 역 옆에 있는 백화점에서 옷을 샀습니다.
594	**Sumi bought clothes for her friend's wedding at the department store yesterday.** 秀美昨天在百货商店买了朋友婚礼上要穿的衣服. スミは昨日デパートで友達の結婚式で着る服を買いました。 Hôm qua Sumi đã mua áo sẽ mặc ở đám cưới bạn ở trung tâm thương mại. Вчера в универмаге Суми купила одежду, которую наденет на свадьбе подруги.	수미는 어제 백화점에서 친구의 결혼식에서 입을 옷을 샀습니다.
595	**Sumi with long hair bought clothes for her friend's wedding at a department store next to the station yesterday when it rained a lot.** 雨下得很大的昨天，长头发的秀美在车站旁边的百货商店买了朋友婚礼上要穿的衣服. 髪が長いスミは雨がたくさん降った昨日、駅の横にあるデパートで友達の結婚式で着る服を買いました。 Hôm qua trời mưa nhiều, Sumi tóc dài đã mua áo mà sẽ mặc ở đám cưới bạn ở trung tâm thương mại bên cạnh ga tàu. Длинноволосая Суми вчера купила одежду, которую наденет на свадьбе подруги, в универмаге рядом с вокзалом.	머리가 긴 수미는 비가 많이 온 어제 역 옆에 있는 백화점에서 친구의 결혼식에서 입을 옷을 샀습니다.

596	**On rainy days, Sumi drinks coffee at a coffee shop with a nice atmosphere.** 下雨天，秀美在气氛好的咖啡厅喝着咖啡. 雨が降る日にはスミは雰囲気がいいカフェーでコーヒーを飲む。 Vào một ngày trời mưa, Sumi uống cà phê tại một quán cà phê có bầu không khí tốt. В дождливый день Суми в уютной кофейне пьет кофе.	비가 오는 날에 수미는 분위기가 좋은 커피숍에서 커피를 마십니다.
597	**People who are good at work manage their time well.** 擅长工作的人很会管理时间。 仕事がよくできる人たちは時間の管理が上手だ。 Những người làm việc giỏi là những người giỏi quản lí thời gian Люди, которые хорошо работают, хорошо распоряжаются своим временем.	일을 잘하는 사람들은 시간 관리를 잘합니다.
598	**Those who succeed are not afraid of change.** 成功人士一般不惧怕变化无常. 成功する人たちは変化することを怖がらない。 Những người thành công không sợ sự thay đổi. Те, кто добивается успеха, не боятся перемен.	성공하는 사람들은 변화를 두려워하지 않습니다.
599	**The most important time in life is now.** 人生最重要的时刻，就是现在. 人生で一番大切なときはただ今であります。 Thời điểm quan trong nhất trong cuộc đời chính là bây giờ. Самое важное время в жизни - это «сейчас».	인생에서 가장 중요한 때는 바로 지금입니다.
600	**The most important person in my life is the person I am meeting now.** 人生中最重要的人是我正在交往的人。 人生で一番大切な人は今私と会っている人です。 Người quan trọng nhất trong cuộc đời là người mà mình đang gặp gỡ. Самый важный человек в жизни - это тот человек, с которым я встречаюсь сейчас.	인생에서 가장 중요한 사람은 지금 내가 만나고 있는 사람입니다.

6

기타

1		2		3		4		5		6	
일	하나	이	둘	삼	셋	사	넷	오	다섯	육	여섯

7		8		9		10		11		12	
칠	일곱	팔	여덟	구	아홉	십	열	십일	열 하나	십이	열 둘

15		19		20		23		30		35	
십오	열 다섯	십구	열 아홉	이십	스물	이십삼	스물 셋	삼십	서른	삼십오	서른 다섯

40		47		50		60		70		80	
사십	마흔	사십칠	마흔 일곱	오십	쉰	육십	예순	칠십	일흔	팔십	여든

90		99		100	101	110	123
구십	아흔	구십구	아흔 아홉	백	백일	백십	백십삼

345	567	973	1000	1010	1234
삼백사십오	오백육십칠	구백칠십삼	천	천십	천이백삼십사

9876	10,000	12,345	95,726
구천팔백칠십육	만	만이천삼백사십오	구만오천칠백이십육
100,000	101,010	200,675	783,908
십만	십만 천십	이십만 육백칠십오	칠십팔만 삼천구백팔

1,000,000	10,000,000	100,000,000	1,000,000,000	10,000,000,000	100,000,000,000	1000,000,000,000
백만	천만	일억	십억	백억	천억	일조

1,083,313,928	9,876,543	12,345,678	4,386,824,017	143,786,012
십억 팔천삼백삼십일만 삼천구백이십팔	구백팔십칠만 육천오백사십삼	천이백삼십사만 오천육백칠십팔	사십삼억 팔천육백팔십이만 사천십칠	일억 사천삼백칠십팔만 육천십이
91,234,567,890,123	365,901,872,786	86,390,621,067	12,034,903	234,567,891,012
구십일조 이천삼백사십오억 육천칠백팔십구만 백이십삼	삼천육백오십구억 백팔십칠만 이천칠백팔십육	팔백육십삼억 구천육백이십만 천육십칠	천이백삼만 사천구백삼	이천삼백사십오억 육천칠백팔십구만 천십이

1 + 2 = 3	6 − 4 = 2	6 × 7 = 42	12 ÷ 4 = 3	0.123
일 더하기 이는 삼	육 빼기 사는 이	육 곱하기 칠은 사십이	십이 나누기 사는 삼	영점 일이삼
3/4	100%	11:30	- 15℃	100,210㎢
사분의 삼	백 퍼센트	열한 시	영하 십오도	십만이백십 제곱킬로미터

부정법		서술문, 의문문				명령문, 청유문	
		안		못		말다 (~지 말다)	
		안	~지 않다	못	~지 못하다	~지 마세요	~지 맙시다
동사	먹다	안 먹다	먹지 않다	못 먹다	먹지 못하다	먹지 마세요/마	먹지 맙시다/말자
	가다	안 가다	가지 않다	못 가다	가지 못하다	가지 마세요/마	가지 맙시다/말자
	하다	안 하다	하지 않다	못 하다	하지 못하다	하지 마세요/마	하지 맙시다/말자
	공부하다		공부하지 않다		공부하지 못하다	공부하지 마세요/마	공부하지 맙시다/말자
	사랑하다		사랑하지 않다		사랑하지 못하다	사랑하지 마세요/마	사랑하지 맙시다/말자
	이다	~이/가 아니다					
형용사	높다	안 높다	높지 않다		높지 못하다		
	예쁘다	안 예쁘다	예쁘지 않다		예쁘지 못하다		
	똑똑하다	안 똑똑하다	똑똑하지 않다		똑똑하지 못하다		

놀라운 한국어: 격식체 구어체 문어체

	현재			과거			미래		
	격식체	구어체	문어체	격식체	구어체	문어체	격식체	구어체	문어체
가다	갑니다	가요	간다	갔습니다	갔어요	갔다	갈 것입니다	갈 거예요	갈 것이다
만나다	만납니다	만나요	만난다	만났습니다	만났어요	만났다	만날 것입니다	만날 거예요	만날 것이다
먹다	먹습니다	먹어요	먹는다	먹었습니다	먹었어요	먹었다	먹을 것입니다	먹을 거예요	먹을 것이다
있다	있습니다	있어요	있다	있었습니다	있었어요	있었다	있을 것입니다	있을 거예요	있을 것이다
없다	없습니다	없어요	없다	없었습니다	없었어요	없었다	없을 것입니다	없을 거예요	없을 것이다
알다	압니다	알아요	안다	알았습니다	알았어요	알았다	알 것입니다	알 거예요	알 것이다
만들다	만듭니다	만들어요	만든다	만들었습니다	만들었어요	만들었다	만들 것입니다	만들 거예요	만들 것이다
오다	옵니다	와요	온다	왔습니다	왔어요	왔다	올 것입니다	올 거예요	올 것이다
배우다	배웁니다	배워요	배운다	배웠습니다	배웠어요	배웠다	배울 것입니다	배울 거예요	배울 것이다
마시다	마십니다	마셔요	마신다	마셨습니다	마셨어요	마셨다	마실 것입니다	마실 거예요	마실 것이다
그리다	그립니다	그려요	그린다	그렸습니다	그렸어요	그렸다	그릴 것입니다	그릴 거예요	그릴 것이다
내다	냅니다	내요	낸다	냈습니다	냈어요	냈다	낼 것입니다	낼 거예요	낼 것이다
하다	합니다	해요	한다	했습니다	했어요	했다	할 것입니다	할 거예요	할 것이다
사랑하다	사랑합니다	사랑해요	사랑한다	사랑했습니다	사랑했어요	사랑했다	사랑할 것입니다	사랑할 거예요	사랑할 것이다
이다	입니다	이에요/예요	이다	이었습니다/였습니다	이었어요/였어요	이었다/였다	일 것입니다	일 거예요	일 것이다
크다	큽니다	커요	크다	컸습니다	컸어요	컸다	클 것입니다	클 거예요	클 것이다
다르다	다릅니다	달라요	다르다	달랐습니다	달랐어요	달랐다	다를 것입니다	다를 거예요	다를 것이다
쉽다	쉽습니다	쉬워요	쉽다	쉬웠습니다	쉬웠어요	쉬웠다	쉬울 것입니다	쉬울 거예요	쉬울 것이다
좁다	좁습니다	좁아요	좁다	좁았습니다	좁았어요	좁았다	좁을 것입니다	좁을 거예요	좁을 것이다
듣다	듣습니다	들어요	듣는다	들었습니다	들었어요	들었다	들을 것입니다	들을 거예요	들을 것이다
믿다	믿습니다	믿어요	믿는다	믿었습니다	믿었어요	믿었다	믿을 것입니다	믿을 거예요	믿을 것이다

기초문법 총정리

주어	부사어	간접목적어	목적어	서술어

주어

누가
무엇이
저는
제가
당신은/이
그는/가
그녀는/가
그들은/이
이것은/이
저것은/이
그것은/이
여기는/가
저기는/가
거기는/가
수미가
호중이
의사가
선생님이
너야말로
(주어강조)

부사어

* 시간
언제
방학 때(에)
운동할 때에
운동 후에
운동한 후에
운동하고 나서
운동하고
체육관에 가서 운동했다
운동 전에
운동하기 전에
방학 동안
운동하는 동안
한국어를 배운 지
결혼한 지
요리하면서/며 노래를 부릅니다.
집에 도착하자마자
비가 왔습니다.
월요일부터 토요일까지
오늘부터

* 동작의 전환
길을 걷다가 친구를 만났다.
영화를 보다가 눈물을 흘렸다.

* 장소/방향
어디에/에서
여기에/에서
저기에/에서
학교에/에서
회사에/에서
한국에/에서
어디로, 여기로,
저기로, 학교로,
회사로, 한국으로

* 조건, 가정
열심히 공부하면
다시 태어나면

* 필수조건
한국어를 잘하려면~해야
하다/되다/~하세요

* 양보
아무리 운동해도
약을 먹어도

* 자격
학생으로서, 의사로서,
부모로서

* 이유(원인)
왜
배가 아파서 병원에 갔습니다.
비가 오니까 택시를 탑시다.
태풍 때문에
학생이기 때문에
선생님 덕분에
성격이 좋은 덕분에
친구 탓에
성격이 급한 탓에
태풍으로 여행이 취소되었다.
넘어지는 바람에 다리를 다쳤다.

* 수단, 도구, 재료
그는 자전거로 학교에 갑니다.
그는 가위로 종이를 잘랐습니다.
그는 나무로 의자를
만들었습니다.
시험 볼 때 연필로 쓰세요.

* 동일, 따라함
누구도,
저도,
타도,
이것도

* 무엇을 선택해도 좋음
누구든지, 언제든지, 어디든지,
무엇이든지

* 동반
나와/과 (함께/같이)

* 배경 / 상황
비가 오는데, 배가 고픈
데, 보고 싶은데, 축구 시
합을 했는데

* 자격
학생으로서, 의사로서,
부모로서

* 목적
한국어를 배우러 학원에 갑니다.
유학을 가려고
한국어를 배웁니다.
건강을 위해서/위하여/위해
꿈을 이루기 위해서/위하여/위해

* 종별사
학생 한 명, 개 한 마리, 종이 한 장, 책 열 권,
맥주 두 병, 물 한 컵, 커피 한 잔, 콜라 한 병,
컴퓨터 다섯 대, 배 한 척, 나무 열 그루, 꽃 한 송이,
꽃 한 다발, 영화 세 편, 양복 한 벌,
신발 한 켤레, 집 한 채,

* 형용사/동사 → 명사
공부하는 것, 공부하기, 공부함

* 형용사 → 부사
크다-크게, 편하다-편하게, 편히

* 형용사 → 동사
좋다 →1) 좋아하다, 2) 좋아지다(변화)

* about
백명 쯤/정도/가량, 약 백명 쯤/정도/가량

* 변화/피동, 운명
좋아하게 되다, 한국에 가게 되다

* 존칭
가시다, 계시다, 주무시다, 드시다,
말씀하시다, 편찮으시다, 돌아가시다, 댁,
성함, 분, 연세, 생신, 따님, 아드님, 드리다,
여쭙다, 뵙다, 모시다

* 빈도부사
영원히, 항상/늘/언제나, 자주, 가끔, 거의,
전혀, 아침마다, 매일, 하루종일, 오후 내내
일주일 내내, 한 달 내내, 일 년 내내, 평생

* 비교
천사같이 착하다, 천사처럼 착하다, 천사만큼 착하다,
천사보다 (더) 착하다. 서울은 방콕보다 덜 덥다.

* best
베트남에서 가장 아름답다,
학생들 중에서 가장 키가 크다.

	* and	* or	* but
명사	사과와 수박, 수박과 사과	사과나 수박, 수박이나 사과	*
동사, 형용사	예쁘고 똑똑하다.	밥을 먹거나 빵을 먹는다.	키가 작지만 힘은 세다
문장	그리고	또는 / 혹은	하지만 / 그러나

간접목적어

누구에게,
저에게,
당신에게,
그에게,
그녀에게,
그들에게,
꽃에,
나무에,
회사에,
학교에

* 부정어
안 먹다, 먹지 않다, 못 먹다, 먹지 못 하다
안 공부하다, 못 공부하다,
안 예쁘다, 예쁘지 않다
못 예쁘다, 예쁘지 못하다
그는 한국 사람이 아니다
가지 마세요, 가지 마
가지 맙시다, 가지 말자

* 계획
가려고 합니다.

* 가까운 미래
비가 오려고 합니다.

* 계획, 결심, 약속
내년에 결혼하기로 했습니다
담배를 끊기로 했습니다

* 상태
빨간 모자를 쓰고 있습니다
의자에 앉아 있습니다

* 도움
노래를 불러 주었습니다.
숙제를 도와 주었습니다.

* 궁금
저 사람이 누구인지 알아요?
저 사람이 누구인지 몰라요

* 경험
가 보았습니다.
간 적이 있습니다.
가 본 적이 있습니다.

* 시간 & 돈
운전을 배우는 데 두 달 걸렸습니다.
차를 고치는 데 30만원 들었습니다.

* 추측1
비가 온 것 같습니다.
비가 오는 것 같습니다.
비가 올 것 같습니다.

* 마음을 추측
기분이 좋겠습니다.
배가 고프겠습니다.
마음이 아프겠습니다.

* 간접화법
평서문: ~다고 (말)했다/~대요
명령문: ~라고 (말)했다/~래요
의문문: ~냐고 물었다/했다/~냬요
청유문: 자고 했다/~재요
이다: ~이라고 했다/~이래요

목적어

누구를, 어디를,
무엇을,
저를, 당신을,
그를, 그녀를,
그들을, 타올을,
이것을, 저것을,
여기를, 저기를,
무슨 음식을
좋아해요?
어떤 남자를 좋아해요?

서술어

* 이다
누구입니까? 어디입니까?
무엇입니까?
학생입니다, 남자입니다.
한국 사람입니다,
서울입니다.
설악산입니다.
휴대폰입니다.

* 동사, 형용사 시제
갑니다/먹습니다
갔습니다/먹었습니다
갈 것입니다/ 먹을 것입니다
가고 있습니다/ 먹고 있습니다
가는 중입니다/ 먹는 중입니다
회의 중입니다

* 동사, 형용사 불규칙
압니다, 팝니다
예뻤습니다, 바빴습니다
추웠습니다, 매웠습니다
걸었습니다, 들었습니다
잘랐습니다, 몰랐습니다

* 가능, 능력
갈 수 있습니다/갈 수 없습니다
수영을 할 수 있습니다/할 줄 압니다

* 부탁
잠깐만 기다려 주세요
잠깐만 기다려 주시겠습니까

* 허락
가도 됩니까? 가도 됩니다.

* 금지
가면 안 됩니다. 가지 마세요.

* 의무
가야 합니다/됩니다.

* 면제
안 가도 됩니다. 가지 않아도 됩니다

* 감탄
예쁘네요, 예쁘군요, 예쁘군, 예쁘구나

* 희망
가고 싶습니다. 갔으면 좋겠습니다.

* 직접화법 " ... "라고 (말)했다/물었다

* 관형어
내가 읽은 책, 내가 읽는 책,
내가 읽을 책, 머리가 긴 여자
성격이 좋은 남자

AMAZING
KOREAN
놀라운
한국어